CÕI LẠ

CÕI LẠ

HOÀNG NGA

Tập Truyện

Dàn trang:
CÔNG NGUYỄN

Thiết kế bìa:
UYÊN NGUYÊN TRẦN TRIẾT

Tranh bìa & Phụ bản:
HOÀNG NGA

Nhà Xuất Bản
NHÂN ẢNH, 2023

ISBN: 9781088138625

Hoàng Nga

CÕI LẠ

Tập Truyện

NHÂN ẢNH
2023

Bạn nói, trong đời ai mà lại không có một mối tình. Lớn hay nhỏ. Vui hay buồn. Còn hay mất. Hiện tại hay quá khứ. Nguyên vẹn hay vỡ nát.

Dẫu thế nào đi nữa cũng đều được gọi là tình, chuyện tình.

Bạn bảo thêm, viết về những mối tình thì không nên cất trong máy. Hãy in ra cho bạn đọc.

Để bạn có thể nhớ về một, về hai, về tất cả những mối tình đã đi qua trong cuộc đời bạn.

Cũng như đã đi qua trong cuộc đời người viết.

Nên, nghe lời bạn, lần này tôi lại in sách.

Viết về những mối tình. Những câu chuyện tình...

Hoàng Nga

MỤC LỤC

BÊN TRỜI

Hôm Mi mang cái bánh đến, hai tầng, phía dưới hình oval, trên cùng hình trái tim, tưng bừng màu mè hoa lá, chủ nhà đặt cái bánh trên bàn ăn trải khăn màu hồng, ngó trang trọng hết sức. Cạnh đó, chủ nhà còn chưng lọ hoa màu vàng rực rỡ không biết của ai tặng nhưng tình cờ làm nổi bật món quà của Mi. Nhiều người khen Mi khéo tay. Mi nghe khen, cười. Sau Phố kể lại lần nữa. Mi trả lời, đó không phải là những người khen đầu tiên. Mi nói, ba trăm ngàn một khóa học làm bánh tại gia ở Việt Nam, học từ sáng đến tối, mờ mắt, bắt được hai mươi bông hồng, mười bông cúc, năm chục cái lá, vài dãy con sò con ốc vặn vẹo theo đường viền ổ bánh, nhưng công trình lớn nhất là về đến bên này rồi, mỗi tuần phải thực tập lại ít nhất là một lần, cho đến lúc nhuần nhuyễn mới thôi. Mi kể công, không phải là chuyện dễ đâu nhen. Mi khoe Mi còn làm được một bầy sóc trắng với những cái đuôi cuộn tròn điểm sô cô la nâu sẫm, chóp mũi mun đen. Bảo, thấy thương lắm. Phố cười:

- Chừng đó bông hồng bông cúc đủ làm rụng rời một trái tim. Thỏ sóc sẽ nát tan thêm lá gan lá phổi, như vậy là làm cho con người ta trở nên tàn phế, thương tật, hay ho gì mà khoe!

Mi chặc lưỡi, nói Mi ăn ở nhơn đức không chủ tâm làm ai tan nát, héo hon cuộc đời. Phố nhận xét:

- Cứ sinh nhật sinh nguyệt, kỷ niệm thành hôn, tân gia tân xe, đám hỏi đám dạm, hết bè bạn đến con cái bè bạn, Mi cặm cụi trổ tài cho dữ đi, ba trăm ngàn, hai chục đô la oan khiên đó sẽ trở thành vũ khí giết người, ám sát kẻ đến dự tiệc.

Mi đáp, nếu có ai chết thì chỉ là ngộ sát. Phố trả lời:

- Cố sát khéo léo, sẽ được đặt tên là ngộ sát.

Mi lườm. Phố cười. Phố nói khơi khơi vậy rồi về. Tối hôm đó Mi nằm vắt tay lên trán, nghĩ hoài tới những điều cô bạn nhỏ nhận xét. Lòng Mi xốn xang. Cố gắng hết sức nhưng Mi vẫn loay hoay day trở. Sau, chịu không được, cuối cùng rồi Mi cũng phải để lòng nhớ tới một ánh mắt. Một cái nhìn lẫn giữa nhiều cái nhìn, một khuôn mặt giữa những khuôn mặt, một con người giữa những con người, một thành viên giữa những thành viên. Một nguyên cớ trong các nguyên cớ để Mi có mặt trong những bữa tiệc tùng, đám nọ đám kia.

Mi nhớ hôm ấy sinh nhật chủ nhà, đang ngồi chờ đến phiên mình làm văn nghệ giúp vui bỏ túi, tự dưng thấy nhột nhạt, cảm giác như có ai đang nhìn mình từ phía sau lưng, Mi quay lui. Tưởng phải kiếm tìm, tưởng phải quan sát lâu mới biết được kẻ nào là "thủ phạm", không ngờ Mi bắt gặp ngay trong bóng tối mờ mờ của ánh điện vàng, ở phía góc rất sát tường, kín đáo một tia nhìn, dịu dàng vô cùng đôi mắt chớp. Và hẳn nhiên, tia nhìn, ánh mắt ấy đã hướng về phía Mi một cách hiên ngang, bình tĩnh, như có ý định sẵn là sẽ không tỏ ra bối rối, hay lúng túng khi chạm phải tia nhìn của đối phương như thói thường. Và quả vậy, thay vì người bị bắt gặp đang nhìn Mi phải quay đi thì ngược lại, Mi đã giật mình. Đã vội vã ngó quanh. Và đã phải tìm nhân vật thứ ba đang ngồi chỗ nào, rồi quay nhanh đi.

Suốt buổi tối hôm ấy, lòng Mi cứ lắc chao như ngồi trên con thuyền nhỏ giữa một vùng biển đang dậy sóng. Tất cả mọi cử chỉ, hành động của Mi, bỗng đâm ra không còn tự nhiên như trước đó. Nếu không muốn nói, Mi bỗng chợt vụng về, bỗng chợt lạ lẫm như chưa từng. Gắng lắm, mà chân tay Mi vẫn vô số lúc thừa thãi, ngượng ngùng không biết để đâu. Mi lắng lo tự hỏi, những lao xao ấy, chỉ mới vừa, hay đã xảy ra từ lâu, từ lần đầu, lần thứ hai gặp gỡ, hoặc trong ti tỉ lần thấy nhau đâu đó, cận cảnh, mặt đối mặt, đàng trước đàng sau... Mi lao xao nghĩ, là đã thờ ơ không để ý và bây giờ không tài nào nhớ, không tài nào đoán ra nổi, hay bởi một điều gì đó cản trở, chắn che mà Mi không nhận ra.

"Cái gì"? Mi giật mình nghĩ đến Phố. Chao lòng nhớ đến những câu nói chết người của Phố. Mi nhận ra dường như chẳng điều nào có thể qua mặt cô bạn nhỏ của mình. Mi bồn chồn nhớ hôm ấy Mi nhận được lời khen:

- Em ngâm bài thơ cảm động quá.

Trong lúc Mi đang cười, nhẹ giọng trả lời:

- Tại bài thơ hay. Và tại ngày xưa em có học ngâm thơ với ông thầy dạy đàn tranh, nên có kỹ thuật vậy thôi.

Thì Phố đứng gần, bỗng tiếp:

- Chỉ tiếc giọng chị Mi không được như Hoàng Oanh, chứ không, thế nào anh cũng khóc.

Phố nói, âm thanh phát ra reo lên như đi trẩy hội, và đầy vẻ trêu chọc, làm không phải chỉ riêng người khen Mi, mà nhiều kẻ khác đứng gần, cũng bật cười lớn. Bầu không khí bỗng trở nên bừng bừng sôi nổi. Phố nói, Phố cười, như không có tình ý gì, nhắn nhe gì. Vậy mà lúc ra về, còn lại hai đứa với nhau, Phố bỗng chậc lưỡi hai ba cái, than khơi khơi, nghe "người ta" ngâm thơ, mà mình cũng cảm động, chứ nói gì tới "thiên hạ". Mi đỏ bừng mặt. Lúc đầu Mi định lơ luôn, không thèm trả lời, không thèm đá động đến những gì Phố đề cập, nhưng xe chạy lăng quăng qua một hai con phố, về gần đến nhà Mi rồi, động lòng, ngăn không được, Mi đã hỏi lại, Phố nói như vậy có ý gì. Phố cười cười, thì nói vậy đó. Gặng hỏi thêm, Phố cũng chỉ lại cười. Nhưng nụ cười chứa đựng nghìn nghìn nghĩa, nghìn nghìn vẻ lạ. Mi chột dạ:

- Vậy đó là sao?

Phố ư hử:

- Là có nghĩa gì đâu một buổi chiều...

Lần đó Mi lườm Phố một cái sắc nét rồi bỏ vào nhà. Phố vẫn giọng cười trời ơi đất hỡi đuổi theo sau lưng.

Lần sau, chủ nhà mời ăn Tết, Mi bận đi làm, về trễ, nên không đi cùng với Phố, khi bước chân vào tới ngưỡng cửa, nhìn thấy cùng lúc, vừa Phố, vừa ánh mắt làm Mi điếng hồn, Mi đã muốn chùn bước, muốn quay trở lui. Đang đi tới, nhưng cơ hồ hai chân Mi như có ai níu lại. Như có ai đã đào hố để chôn chặt Mi xuống. Mi hoàn toàn lúng túng không biết nên làm gì, phản ứng ra sao. Thật tình, nếu như lúc ấy chủ nhà không chạy ra, không tíu tít chào đón, chắc Mi sẽ chết luôn ở ngưỡng cửa ấy.

Và Mi đã làm bộ như không thấy ai ngoài chủ nhà, vui vẻ dang tay ôm, chào trả lại. Rồi Mi nói Mi cười, mắt ngó đi trăm hướng, nhưng nhất định không ngó về hướng Phố. Sau thu hết can đảm, Mi lấy điệu bộ thản nhiên, tiến vào bên trong. Mi đi nhanh, ấn từng bước chân xuống nền nhà một cách hết sức vững chãi như lính tập đi một hai. Mặt Mi ngước lên cao, một tay níu quai ví xách, một tay đung đưa tựa như mình đang vô cùng bình tĩnh dầu thật tình Mi chẳng khác gì kẻ say rượu. Cả người Mi lạng quạng, bềnh bồng, nếu có ai đó chạm nhẹ, dám Mi cũng sẽ té ngã, lăn quay xuống sàn lắm. Mi vờ vĩnh hùng dũng bước, len lách, chen vào giữa đám đông bằng một trái tim đập thình thịch, cùng hai bàn tay rịn ướt mồ hôi.

Mi nhớ rất rõ nhạc lúc ấy ồn ào như đấm vào tai người nghe, tiếng nói cười của mọi người càng rộn rã, xôn xao, nhưng thật Mi đã không có cách gì tảng lờ được tiếng của Phố gọi tên Mi. Giọng Phố trong vắt, vang lên rõ mồn một. Một tiếng gọi, vẫn như reo, như sóng vỗ trên suối, trên sông, như chuông nhà thờ ngân nga trong chiều... Mi nghiến răng. Cái giọng ngọt ngào, nhưng nghe qua là biết đính kèm theo cả bộ đồ long đao, ỷ thiến kiếm! Mi ấm ức kêu thầm trong bụng, như thế này là Phố không tha cho Mi rồi! Như thế này là không còn cách gì có thể vờ vĩnh được nữa rồi. Như thế này, là cuối cùng Mi đành phải bấm bụng, "ủa, ủa" lên một cách ngạc nhiên giả tạo, rồi quay gót đi về phía Phố với một nỗi nghẹn ngào.

Mặt đối mặt, Mi bắt tay. Mắt nhìn mắt, Mi chào hỏi:

- Phố tới hồi nào vậy.

- Lâu rồi.

- Đậu xe ở đâu sao Mi không thấy?

- Ngay đầu nhà, ngó vô là thấy liền.

Phố nheo nheo mắt ngó Mi:

- Chắc Mi chỉ lo để ý xe "ai" nên không thấy xe của người khác, chứ gì!

Mi nghiến chặt hai hàm răng lại. Phố ơi, có muốn giết nhau thì nả một phát đạn, đâm một lưỡi lê cho đổ ruột đổ gan ra mà chết quách đi cho rồi!

Hôm đó, Phố tỉnh queo, không coi Mi ra ký lô gờ ram nào. Trong khi Mi thì buộc lòng phải làm đầy đủ mọi thủ tục. Buộc lòng cũng phải như Phố, nói nói cười cười, tươi tỉnh như không. Mi hôm đó, là chịu hàng trăm cực hình. Mi hôm đó, ngó trước ngó sau, quay lui quay tới, cỡ nào, cố gắng tránh né cách mấy đi chăng nữa rồi cũng phải lịch sự, kiểu cách như người của hoàng gia đãi bôi nhau trước đám đông. Mà hôm đó – thật tình là vẫn như bao hôm- ngoài nhân vật thứ ba với ánh mắt sầu não ngồi cạnh phía bên tay phải của Phố, còn có thêm kẻ thứ tư tọa vị kế đó. Thật sát, thật gần. Tựa má kề vai, sắc cầm hảo hiệp, loan phượng hòa minh như cổ văn mô tả. Và nếu như Phố mô tả, thì chắc chỉ cần một câu nhạc sến, chim liền cánh cây liền cành!

Mi sụp mắt xuống. Phố thật tình ác nhơn thất đức, Phố thật tình òng dạ trơ trơ, lỳ như sỏi, lạnh tanh như nước đá. Phố thản nhiên ngồi ngó Mi cắn răng làm thủ tục, chào hỏi. Phố ngang ngược mở mắt thật to lên dòm ngó từng cử chỉ hành động của Mi y như công an chấp pháp dòm ngó hành động kẻ bị bắt. Đã vậy Phố còn rủ Mi ngồi chung cho vui. Ngồi chung! Mi không dám lườm Phố, cũng không dám tỏ cử chỉ "bất mãn" nào, nên Mi chỉ đành nghiến răng hỏi thầm trong bụng, nếu Phố là Mi, thì Phố có dám an tọa, có dám hớn hở tìm một chỗ ngồi nào ở gần đấy hay không.

Không làm gì được Phố, Mi lấy cớ phải đi chúc Tết vợ chồng chủ nhà, từ chối chỗ ngồi Phố mời. Thấy thế, Phố được thể càng làm già, cười to. Mi tưởng tượng nếu như lúc ấy ở nhà, chắc Mi đã nhào tới đấm Phố một vài cái cho đỡ tức. Mi nghẹn ngào rút êm luôn xuống phía sau, nhưng lòng bối rối, cơ hồ đã bị bắt quả tang làm chuyện gì đó bất chính. Và Mi càng ấm ức, tức tưởi hơn, mặt mày càng nóng ran hơn lên khi nghĩ đến cái từ ngữ bất chính. Dạ Mi rối tung. Lúc lặng thinh giữa những đám đàn bà đang hí ha hí hửng kể lể chuyện mua được hột xoàn kim cương hạ giá, chuyện nhà cửa, xe cộ lên xuống, chuyện tiền lời ngân hàng đảo chao..., Mi trơ người như pho tượng. Mi không nói không rằng, không ư không ử, bởi thật tình cũng không biết mình đã nghe gì, đã thấy gì.

Mi ngồi trên ghế, nửa muốn tìm cớ đi về, nửa kia mong đêm dài, ngày không cùng tận. Lát sau, Phố chừng cũng chưa chịu để Mi yên, mà chạy xộc xuống nhà sau tìm Mi. Thấy Phố nhởn nhơ, Mi đành phải nói dối Mi đói bụng đi tìm thức ăn. Phố la lên, đói bụng mà ngồi chỗ mấy bà muốn diet, ăn kiêng như thế thì chỉ có nước mà thành ma đói. Rồi vừa nói Phố vừa kéo tay Mi đi. Trên đó vui lắm, Phố cũng lại vừa nói, vừa cười ngặt ngoẽo:

- Trên kia ngàn hoa trẩy hội, Mi à!

Mi lắc đầu:

- Ngồi đây được rồi.

Phố cười rũ rượi, giả giọng cải lương:

- Có bao nhiêu sáu mươi năm cuộc đời..., Mi tới trễ, đêm sắp tàn, ngày sắp tận, ngồi đây chi cho lòng thêm hoang phế!

Mi không đáp. Phố hí ha hí hửng kéo tay Mi đứng dậy, đẩy lên phòng trên, Mi cưỡng lại cách gì cũng không được. Lên đến phòng khách rồi, Phố ấn Mi ngồi xuống ghế, lăng xăng bên Mi như thể Mi con nít đến chỗ lạ. Sau đó Phố chạy đi lấy cho Mi một đĩa thức ăn đầy tràn. Sơn hào hải vị. Phố quảng cáo như vậy, luôn mồm phê bình món này ngon, món kia lạ miệng.

Nhưng Mi dạ đầy cứng, chật như nêm bao nỗi. Mi nhìn cái đĩa thức ăn mà giống hệt người bịnh nhìn chén cháo trắng, nhìn án tử của chính mình. Mi nói Mi ngán đến tận cổ. Phố trả lời, nấm đông cô nhồi thịt ngó giống như một mụ nhà quê bên cạnh cô chả giò rế chiên khéo léo, vàng ươm áo lụa, nhưng món chả giò đó chỉ lạ thôi, chứ nấm đông cô mới ngon tuyệt. Phố khen như vậy. Mi bảo Mi không thích mùi nấm, và sợ chả giò nhiều dầu. Thực lòng, Mi chỉ muốn đi về. Thực lòng Mi chỉ muốn trốn thoát khỏi căn phòng này, ngôi nhà này. Mi eo xèo mùa thu Nguyễn Khuyến. Phố cười khúc khích. Hỏi, tơ lòng rắm rối hả, ăn không vô hả, sầu ai nên nỗi hả. Mi chịu không nổi nữa, bèn la lên:

- Phố điên hay sao ấy, cứ ưa nói vớ va vớ vẩn gì đâu không!

Phố lại bật cười. Phố cười suốt buổi. Tối đưa Mi về nhà, leo lên ghế sofa, ngồi bó gối ngó Mi, Phố bảo:

- Mi ơi, người nào thương hoa có chủ, thích ngắm nghía kẻ đã ở trong vòng... quốc cấm, thể nào mai mốt cũng xuống địa ngục.

Mi gắt:

- Ai thương ai hồi nào?

Phố phì cười, Phố nói Phố đã luồn lách qua hết các ngõ lòng của Mi, hiểu Mi tường tận từng li từng tí. Phố săm soi Mi:

- Thành thật khai báo đi, để được khoan hồng!

Mi làm thinh, cúi xuống nhìn đôi bàn tay, đôi bàn chân mình. Phố nói lăng nhăng trăng cuội bên tai Mi một hồi.

Mi ngồi im thin thít, nghĩ đến cái góc đời vốn vẫn hục hang lỗ chỗ, đoạn đường qua đi đã lắm chông gai của mình, và nghĩ đến những bước thấp bước cao, hụt hẫng, len lách trên con đường đời chật hẹp, những giờ phút vui vầy sẽ đếm không đủ mười đầu ngón tay mà lòng Mi trìu trịu nặng. Một ánh mắt, một nụ cười, một bàn tay, một nụ hôn, hay cả những lao chao hò hẹn, những phút giây ấm nồng, gần như chẳng bao giờ nằm trong nỗi khát khao của Mi, nhưng Mi biết chắc chắn Mi sẽ khó lòng cưỡng lại được những cơn sóng lắc chao cuối lòng mình.

Phố ngó Mi, hỏi:

- Lúc nãy, khi Mi nhảy valse, có thấy ngập ngừng chân đi hay không hở Mi?

Lúc nãy, giữa chừng bữa tiệc, lúc Mi lủi ra phía sau quầy nước, ánh mắt u buồn, xao xác ấy đã đuổi theo Mi đến tận chỗ Mi ngồi. Bản valse gãy nhịp, ráng lắm Mi mới bước hết được những nốt cuối cùng. Cũng may, điệu nhảy khó, nên chủ nhà không bỏ bản nhạc dài. Mi hoàn toàn chẳng nghĩ ra nổi Phố đã quỉ quái nhìn thấy Mi lỗi bước, dẫu lúc ấy Phố cũng đang ở trên sàn. Mi nhìn lại Phố:

- Chưa thấy ai ác như Phố!

Phố cười toe. Chúc Mi ngủ ngon, nhiều mộng đẹp. Và Phố ra về. Nửa đêm Mi ngủ không được, thức dậy nằm nhìn lên trần nhà, bối rối nhớ đến lời hò hẹn ban tối. Mi cho phép anh mời Mi ly cà phê. Quán nước nằm bên cạnh hiệu sách cuối phố. Đối diện nhà thờ thành phố. Bốn giờ chiều ngày mai, khi Mi tan sở. Bốn giờ nhé, Mi nhé...

Mi rùng mình, nhớ loáng thoáng hôm nào đó Phố có nói mấy chữ, cuộc tình dâu bể. Những điều Mi đã nghĩ đến tự lâu, những gì đến, gần như đang bắt đầu đến rồi đây. Mi kêu lên thầm trong bụng. Và tự vấn, Mi ơi, đã dâu bể hay chưa.

Nửa đêm, Mi kêu Phố dậy:

- Bây giờ làm sao hả Phố?

Phố phì cười:

- Thích thì... chơi luôn.

Đêm, tiếng cười của Phố trong điện thoại trong veo, như Phố đã đoán trước được, thế nào Phố cũng bị Mi quấy rầy. Phố cười hoan hỉ, cười hớn hở, cười sung sướng. Mà Mi không biết được vì Phố nghĩ đã đoán trúng được nỗi lòng Mi, hay vì thương Mi năm dài tháng rộng u sầu, đến tận bây giờ có nơi để trang trải với đời.

Phố nói, và Phố hỏi lại, dám không? Mi thở dài. Phố kêu lên, ối giời, rồi cúp điện thoại sau khi chậc lưỡi:

- Nhớ thử hỏi lại kỹ con tim coi đã rỉ máu hay chưa, rồi sáng mai nói chuyện với nhau.

Sau đó Phố good night, đặt điện thoại lệch để Mi không gọi được nữa. Mi nằm, lăn trở qua lại giữa vùng gối chăn mềm ấm, không dám mường tượng, không dám nghĩ ngợi đến bất cứ niềm riêng nào. Đầu Mi đau như búa bổ. Tim Mi nhão nhoét như đất bùn, chỉ mong được hét lên một tiếng thật lớn giữa đêm khuya để bớt căng thẳng. Mắt Mi mở trừng trừng không cách gì dỗ được giấc ngủ muộn.

Mi lắng lo bởi Mi biết rất rõ với những nhịp đập khác thường trong đời, những giới hạn tưởng không thể vượt như vậy, đôi khi chỉ cần một vài biểu hiện đồng tình nhỏ nhoi, một cái gật đầu, sự im lặng dễ chịu như Mi đã làm đêm hôm trước, là mọi sự sẽ như ngọn đèn xanh được bật lên, tất cả những tiếp diễn sau đó đều có thể xảy ra, đều không thể biết đâu là nơi dừng, điểm cuối.

Hơn thế nữa, Mi càng hiểu rõ lòng của chính mình hơn ai hết. Mi khổ sở úp mặt xuống gối. Đêm mịt mù bên ngoài. Đêm mịt mù giữa đôi mắt khép kín của Mi. Mi hoang mang đi trong những giấc chiêm bao kỳ quái, có khi như Mi hóa thành con chim phượng hoàng bay lên không trung, có khi như Mi bị tấn công bởi những quái vật hình thù không rõ, đầu và thân thể ẩn trong một khối đen đủi, chốc chốc lại đổ ập về phía mình.

Sáng Mi thức dậy, cả người đau nhừ. Một bàn tay vẫn còn đặt trên ống nghe điện thoại. Bàn tay khác buông xuôi, rã rời. Hai vai Mi tê điếng, chân buốt nhức. Phải gắng lắm Mi mới rời ra được khỏi giường. Đầu óc Mi nặng trĩu như Mi đã uống cả chai rượu mạnh tối hôm trước. Điều gì xảy ra cho Mi vậy? Mi tự hỏi, và ngay sau đó cũng tự trả lời lập tức. Chưa, chưa có điều gì xảy ra. Chưa hề có điều gì xảy ra cho Mi.

Mi vào phòng tắm. Đứng nhìn mình bơ phờ, rũ rượi trong gương, đến lúc chịu không nổi nữa, Mi gục đầu xuống bồn rửa mặt. Lâu thật lâu, đến cả gần cả mười lăm phút sau đó, Mi mới trở dậy ra ngoài, nhấc máy gọi cho sở làm xin nghỉ làm một hôm. Khi gieo mình xuống sofa nhìn ra ngoài trời bắt đầu vàng nắng, Mi thở dài nghĩ đến cái quán nước nằm bên cạnh hiệu sách.

Bốn giờ hôm chiều nay. Bốn giờ chiều... Mi bần thần không biết nên xử sự, nên phản ứng như thế nào.

Mi cũng phải cố lắm mới cưỡng lại được cái ý nghĩ sẽ phone cho Phố xin một lời khuyên răn. Mi lạ gì tính Phố. Mi biết chắc, khi được hỏi, Phố có nghĩ gì thì nghĩ, thể nào cũng sẽ cười cười cợt cợt, nửa đùa nửa thật trêu Mi. Đại loại, Mi có ngon thì nhào vô đi. Chắc chắn thể nào Phố cũng sẽ phát biểu những điều tương tự, và sau cùng, lúc chuẩn bị bước chân ra khỏi ngưỡng cửa nhà Mi, Phố sẽ nghiêm mặt, sắc giọng bảo cố suy nghĩ kỹ lưỡng một chút trước khi hành trang bước vào một phần đời lạ hơn, bất trắc hơn.

Mi buồn bã thở dài. Đưa cả hai tay lên vuốt mặt, nghĩ đến cái quyết định cuối cùng của mình. Của mình... Mi bâng khuâng. Một phần đời bất trắc! Mi rụt bàn chân lên ghế, rồi lại thả xuống mặt đất. Mi tự hỏi, đất có vững chăng cho Mi đi một đoạn đường bằng, lòng có vững chăng để Mi dấn bước.

Và Mi cứ ngồi lặng trong một tư thế không đổi như vậy cho đến tận trưa. Nắng càng lúc càng lên vàng. Lòng Mi càng lúc càng sẫm màu. Sau cùng, Mi vùng dậy đi thay áo xuống phố. Lúc đứng dưới vòi sen, Mi đã ngước mặt cho nước chảy tràn trề lên mặt. Mi nghĩ đến câu, một liều ba bảy cũng liều. Nước mắt Mi chảy ra theo dòng nước ấm. Trong trí Mi quẫy lên cái cảm giác run rẩy của những ngày còn bé đi theo bạn leo rào vào nhà thiên hạ hái ổi hái xoài. Mi run người, gọi, Mi ơi...

Mi gọi Mi ơi. Mi tự nhủ lòng, bình tĩnh, phải thật bình tĩnh. Khi chen chân giữa đám đông thiên hạ đang trẩy hội, dạo phố dạo phường, người Mi rời rã, hai chân vẫn đau nhức hệt như lúc ở nhà khiến chốc chốc Mi lại phải ngừng lại đôi giây. Đi tới đi lui một hồi, Mi chọn ra được một chỗ đủ để tầm nhìn trải ra chung quanh. Mi đi qua phía bên kia đường, góc trái nhà thờ lớn của thành phố, tựa lưng vào một góc cột xi măng lớn, hơi nép về phía sau, một chỗ rất kín đáo, đối diện cái quán cà phê gần hiệu sách bên kia con đường dành cho bộ hành, vì Mi định bụng, phải để xem ánh mắt buồn bã cùng lời hò hẹn ấy sẽ xuất hiện như thế nào. Một cách vững chãi? Bình tĩnh? Hay ngập ngừng? Bối rối? Hoang mang?

Mi hồi hộp chờ đợi. Mấy lần Mi đã giật mình khi thấy một dáng người tương tự. Nhưng cũng mấy lần Mi hụt tầm mắt vì người qua lại đông đúc. Và cũng mấy lần Mi tự trách mình dưng không lại để tâm đến lời hò hẹn kỳ quặc như thế này. Tuy nhiên cuối cùng, rồi thì Mi cũng nhìn thấy được người Mi chờ đợi. Và cũng vẫn bên cạnh, chừng không thay đổi, không khác thường như nhiều năm nay, một nhân vật thứ hai.

Mi ngước nhìn. Một nhân vật, một người thứ hai. Mi cau mày, tự hỏi, không hiểu sao đã hò hẹn cùng Mi, mà lại còn có thêm một nhân vật thứ hai như vậy. Lòng Mi càng lúc càng bối rối hơn. Mi nhìn tới lui hai nhân dáng, một lớn một bé, đang đi bên nhau. Một lớn, một bé, trông rất hạnh phúc. Đột nhiên Mi khen thầm. Cái mái tóc đẹp quá! Đen mượt và óng ả. Y hệt như ngày Mi còn nhỏ. Nhưng có lẽ chỉ khác một điều, mái tóc ấy không thơm lá sả lá chanh như Mi ngày trước mà thôi.

Mi ngước nhìn lên cây kim chỉ số từ chiếc đồng hồ lớn, rất nổi tiếng của thành phố, nhẩm tính trong đầu, vẫn còn đến hơn nửa tiếng đồng hồ mới đến giờ hẹn của Mi. Nên vì vậy, một bổn phận nào đó trong cuộc sống gia đình hằng ngày, một lời hứa nào đó phải được thực hiện lúc này hay chăng?

Bất giác tim Mi nhao lên. Mi ngước lên nhìn trời rồi thả mắt xuống. Nhẹ nhàng đậu trên những sợi tóc mun đen đang tung bay nhè nhẹ từ cái mái đầu nghiêng nghiêng, quấn quít trên cánh tay to lớn chở che ở bên cạnh.

Mi nhủ lòng, còn nửa tiếng đồng hồ cho hai bố con đi với nhau. Còn nửa tiếng đồng hồ để người ấy làm tròn bổn phận. Mắt Mi cay lên. Và như vậy, Mi cũng còn nửa tiếng đồng hồ để tự suy nghĩ mình nên làm gì, thực hiện điều đúng hay sai, trắng hay đen.

Còn nửa tiếng đồng hồ nữa Mi ơi, để mây bay trên đầu, nắng rớt bên trời và mưa sa rụng xuống lòng...

Mi khe khẽ gọi tên mình, Mi ơi. Rồi bất thần Mi gọi Phố ơi.

Phố ơi...

Mi thở dài. Trước khi quyết định bước xuống tầng hầm, len lách lần nữa giữa đám đông, Mi mở bừng mắt ra, lại nhìn lên bầu trời trong xanh trước mặt. Sau đó Mi lại nhìn xuống dòng người đông đúc. Nhìn tới nhìn lui. Nhưng nhìn mãi, Mi vẫn không thấy hai nhân dáng ở phía bên kia đường.

Mi ôm vòng chiếc xách tay lên trước ngực. Nén một tiếng thở, Mi bước lên toa tàu ngược hướng lúc ban chiều. Chuyến xe lửa bốn giờ thiếu mười lăm.

NỬA THU

Không biết mưa từ lúc nào, sáng sớm, nửa khuya, hay mới vừa, nhưng khi tôi áp mặt vào cửa nhìn ra ngoài, những hạt nước bay ngả nghiêng đập vào mặt kính tạo ra thứ tiếng động đặc biệt không thể lẫn lộn với bất cứ âm thanh nào làm tôi có cảm tưởng như cơn mưa đã đến từ lâu lắm rồi và sẽ không bao giờ chấm dứt. Cơn mưa nhanh, hạt nối hạt chẳng ngừng làm mờ cả khoảng không gian rộng lớn bên ngoài.

Mưa buồn. Đều đặn rơi khiến tôi không nghe thấy cả tiếng Lũy mở cửa, tiếng chân anh bước vào phòng. Mãi cho đến lúc anh hỏi đùa tôi đã làm được bài thơ nào chưa, tôi mới giật mình quay lại. Lũy bật ra một tràng cười. Bóng dáng anh to lớn, che khuất cả một phần khung cửa sau lưng tôi. Tôi hỏi nãy giờ anh làm gì mà bỗng dưng lại hiện ra một cách đáng sợ như vậy. Lũy lại cười. Đáp anh làm vài việc vặt dưới basement.

Từ chỗ tôi đứng, nhìn ra ngoài, là khoảnh vườn đầy những loại cây lá nhiệt đới mà Lũy đã ra sức tim kiếm, mang về trồng trọt, chăm sóc trong nhiều năm liền. Cây lớn, nhỏ. Cao, thấp không đều nhau. Lũy trồng cây hoàn toàn không theo một thứ tự nào cả, anh nói sự ngăn nắp, trật tự trong một khu vườn như vậy, sẽ làm mất đi tính cách tự nhiên của đất trời. Tôi đã đùa với Lũy, tôi yêu hai cây cọ châu Phi với những nhánh lá thật lớn nằm ở cuối vườn, chẳng phải vì sự không ngăn nắp trật tự đầy cố gắng, hay vì sự tự nhiên cố ý, mà chỉ vì chúng nhắc nhở cho tôi nhớ đến bóng dáng oai phong lẫm liệt của anh mà thôi.

Lũy lại gần tôi, cùng đứng nhìn ra ngoài. Mưa càng lúc càng lớn nên trời chuyển sang tối hơn. Tôi hỏi Lũy cơn mưa này có làm anh nhớ gì không. Lũy đáp anh đang nhớ đến những cơn dông của Sài Gòn. Tôi so vai:

- Mưa lớn, giống những cơn giông của miền nam thật, nhưng trời lại tối quá làm em nhớ miền trung. Nhớ Huế lạ.

Lũy bật cười to lên:

- Bao lâu rồi em không về Huế?

Tôi nhẩm tính:

- Dễ chừng trên ba mươi năm.

Lũy nghiêng mặt, nhìn tôi một lúc rồi lắc đầu:

- Nói nhớ miền trung thì còn nghe được, chứ em làm sao có thể nhớ Huế với chừng ấy năm không về thăm?

Tôi quay hẳn lại phía Lũy:

- Anh không biết có những điều, những khung cảnh đến trong trí một người, rồi nằm luôn ở đó không chịu biến mất đi hay sao? Nhất là những kỷ niệm vui, dễ thương, hiền hòa. Em nghĩ hệt như các dữ kiện khó xóa nào đó trong máy vi tính, em chắc không thể nào quên Huế được mặc dầu có thể chẳng bao giờ em có dịp về đó lần nữa.

Tôi tiếp:

- Em nhớ Huế vì em đã về Huế vào những năm tháng ký ức còn trắng tinh, chưa có chỗ để đựng những điều phiền toái của cuộc đời. Những gì em nhìn thấy, những gì đẹp nhất về Huề cứ nguyên vẹn trong em như vậy từ hồi đó đến giờ.

Tôi từng kể với Lũy, Huế trong ký ức tôi, chẳng bao giờ là những gì thiên hạ vẫn thường hay ca tụng. Huế không Trường Tiền, không Thiên Mụ, không sông Hương, không núi Ngự, cũng chẳng bến Vân Lâu... Mà trong tôi, Huế chỉ là những đêm trăng rất sáng sau mảnh vườn thơm ngát hương hoa lài nhà người bác họ. Là những sáng trời mưa dầm, con bé mười, mười một, mười hai tuổi tôi thẩn thơ dưới hàng hiên, đưa tay tinh nghịch đón những hạt nước trời trong veo rơi xuống từ mái ngói. Là những chập choạng hoàng hôn, trốn cả nhà ra cuối vườn hái mấy đóa trà mi, hải đường dấu cuối đáy giỏ, chờ đem về bên kia đèo ép vào sách. Là những nhá nhem tối, hai mắt nhắm chặt, co chân chạy một mạch không thở, băng ngang qua nhà từ đường vào phòng khách lớn để khỏi phải nhìn thấy những ngọn đèn bạch lạp le lói, khỏi phải ngửi mùi trầm và nhang dễ vẽ lên trong trí tưởng tượng những hình ảnh ma quái, kinh dị.

Tôi nói với Lũy, Huế trong tôi, còn đằm thắm chén mắm tôm chua chấm thịt luộc. Thơm ngát tô canh khế nấu nước mưa. Cay tê dại thẩu mứt gừng, không xắt mỏng như vẫn thường thấy, mà các o tôi lại để nguyên nhánh, bóc vỏ cẩn thận, tỉ mỉ bằng con dao têm trầu bén ngót, rồi sên với lửa liu riu hàng giờ trong thau đường cát trắng tinh. Huế trong tôi, còn ngọt lử trên đầu lưỡi chùm nhãn lồng, dòn tan trái chùm ruột vừa mới hái sau vườn... Hơn ba mươi năm tôi không về Huế, chắc chắn vị giác, khứu giác tôi đã đổi thay theo thời gian, nhưng tôi vẫn có cảm giác sẽ không bao giờ tìm ra nơi đâu miếng nem nướng đậm đà hơn nơi ba tôi hay dẫn đi ăn bên kia cầu Gia Hội, sẽ không thấy ở đâu chén chè bắp thơm hơn mùi cốm non ở thôn Vỹ Dạ bác tôi nấu những lần cha con tôi về thăm.

Tôi kể:

- Dưới mắt em hồi đó, Huế xinh đẹp không bắt đầu từ những con đường dẫn vào thành phố như có người từng viết, mà từ lưng chừng đèo Hải Vân. Lần nào về Huế, em cũng chỉ mong chiếc xe chở khách bị dừng lại ở đỉnh đèo vì bị mây che hết lối. Thử tưởng tượng nỗi sung sướng của em khi được ngừng lại như vậy đi! Em nghĩ chắc chắn người lớn đã rầu rĩ lắm, nhưng còn em, thì anh biết em làm gì không? Chao ơi, em mừng như bắt được vàng, bị la cách gì đi nữa em cũng đưa cả hai tay ra ngoài cửa sổ xe để bắt gặp cái cảm giác lành lạnh chạy dọc từ lòng bàn tay lên đến vai, rồi từ đó xuống đến xương sống. Bao giờ em cũng ước ao được giữ lại một cụm mây để mang về nhà. Và cuối cùng thì để em dịu xuống, chiều ý em, ba sẽ đọc những câu thơ cổ, tả cảnh trời nước, mà có lẽ ba biết chắc là khi trời quang đãng, xe chạy qua được phía bên kia chân đèo thì em chẳng còn nhớ được chữ nào.

Lũy bật cười:

- Nghe cũng lãng mạn quá ha!

Tôi cười theo Lũy. Bỗng sực nhớ lại có lần nào đó Lũy bảo anh thích nhìn những hạt mưa rớt rơi trong vườn, và thường ghi lại bằng ống kính từng hạt long lanh còn đọng trên lá bởi chúng luôn luôn làm những kỷ niệm êm đềm thuở ấu thời quay trở về với anh. Và cũng như tôi, anh nói hầu hết tất cả những gì anh canh cánh mang trong lòng ấy, chẳng hề to tát, lớn lao. Hầu như cũng chỉ là cái nhớ nhung một gánh hàng rong, một thúng cá nồng nàn mùi muối biển cửa Thuận An hứa hẹn bữa cơm chiều ngon miệng. Cũng chỉ những chén chè đậu ngự, đậu ván, những trái bắp nướng, những hạt đậu phụng dòn tan béo ngậy tan ra giữa hai hàm răng. Cũng chỉ cái thời tiết khắc nghiệt, những trưa nắng khét mùi nhựa đường, những tiếng gió rít lạnh người khi trời bão to quét ngang về thành phố.

Chiều hôm qua, lúc nhìn thấy Lũy đứng ngắm nhìn hàng phút những hạt nước đọng trên một nhánh lá vả, tôi đã tự hỏi không biết trước những hình ảnh đẹp ấy, Lũy đã ngắm bằng đôi con mắt người làm nghệ thuật, hay bằng cái nhìn từ quá khứ, mà khi đưa cho tôi xem những bức hình tuyệt mỹ, gương mặt đầy vẻ bồi hồi của anh làm tôi thật cảm động. Tôi bảo:

- Em nghĩ những kỷ niệm ấu thời của bất cứ người nào cũng không bao giờ to tát lớn lao đâu anh. Nhưng bình thường vậy đó, nhỏ vậy đó, mà thỉnh thoảng hiện về, quẫy lên, là chúng sẽ biến thành những con kình ngư làm đau lòng nhức dạ chúng ta.

Tôi cười, quê hương là vậy đó mà. Lũy hỏi chùm khế ngọt, hay con diều biếc. Tôi trêu nếu khế không ngọt và diều đứt dây thì có quê hương không nhỉ. Lũy phì cười theo. Chúng tôi nhắc với nhau về những nơi từng đi qua ở Huế, ở quê nhà, những trò chơi thuở nhỏ, những món ăn chừng như chỉ còn nằm trong quá khứ. Lũy bảo:

- Có nhiều khi vẩn vơ một mình, anh vẫn thường nghĩ, quê hương của con cái chúng ta hẳn đã là một nơi nào đó trên xứ này, bởi chúng được sanh ra, lớn lên tại đây, nên chúng cũng có những buồn vui thời thơ nhỏ như chúng ta ngày xưa, nhưng anh cứ tự hỏi khi bắt buộc phải rời xa chốn chôn nhau cắt rốn, rời xa nơi chúng ra đời, không biết chúng có đớn đau cùng khủng như mình không.

Nhìn nét mặt Lũy, tôi biết lần này anh không đùa, nên thận trọng trả lời:

- Con cái mình, khi rời xa nơi chúng yêu mến, nơi chúng từng ở, chắc chắn sẽ buồn lắm chứ, nhưng để có những chuyến trở về, đâu phải như chúng ta, ray rứt, day trở và ngậm ngùi, nên chúng sẽ không bao giờ bị những nỗi đớn đau, cùng khủng dày vò mình một cách tội nghiệp.

Tôi nói vậy, vì cả Lũy lẫn tôi đều có những kinh nghiệm buồn bã, xót xa tương tự nhau trong lần trở về. Cũng bùi ngùi và ngơ ngác khi đứng trước căn nhà cũ đã thuộc về những con người xa lạ. Lũy nói:

- Nghe em nói nhớ Huế, và giữ đậm nét về Huế, mà bỗng thấy sợ.

- Sợ? Anh sợ điều gì?

Tôi ngạc nhiên nhìn Lũy. Anh nhìn lại tôi:

- Thật ra chữ sợ này anh nên để trong hai ngoặc kép. Vì ý anh muốn nói tuy anh không đi nhiều, không sống ở nhiều lục địa khác nhau như em, nhưng dẫu sao thì cũng đã đi, đã dời chỗ tới lui vài nơi do cuộc sống và cả những ham muốn thúc đẩy, nhưng kể từ ngày các con anh lớn lên thêm vài tuổi, anh bỗng hết còn muốn đó đây, hết muốn dời nhà như trước nữa. Anh nghĩ, tha phương, đó đây nhiều quá, rồi các con anh cũng sẽ cưu mang những tâm tư buồn bã như anh.

Tôi thở dài:

- Em hiểu điều anh muốn nói. Và thật ra chính em cũng chỉ muốn sống một đời bình lặng, yên ổn như bao người, nhưng anh thấy đó, cuộc sống không cho phép, nói đến hai chữ "cũng đành" mà buồn.

Lũy im lặng. Tôi nghĩ đến những đoạn đời phiêu bạt của mình. Nghĩ đến những ước mơ bình thường của tôi -lẫn của Lũy- về một mái gia đình. Những quẫy đạp tội nghiệp, đau đáu bám theo mình nhiều tháng năm dài cho đến khi không còn đủ sức để ước mơ. Tuy nhiên tôi biết không như tôi, Lũy vẫn còn đi tìm và còn mơ về một chốn bình an. Tôi bỗng muốn đùa với anh rằng anh hãy còn quá nhiều lạc quan và yêu đời, nhưng sợ Lũy buồn, tôi nói sang chuyện khác:

- Hôm nào đó anh có muốn ăn cá nục kho cho đỡ nhớ Huế không? Em kho cá cũng thuộc loại ngoại hạng đấy.

Lũy bảo anh sẽ chờ tôi trổ tài để xem tôi giỏi đến đâu. Mấy hôm nay tôi về, Lũy nấu cho tôi ăn. Và không như nhiều người đàn ông sống một mình khác, anh nấu ngon, nấu giỏi. Lũy bảo do thói quen thích chăm chút lo lắng cho con cái nhiều năm liền. Tôi trêu anh, cái thói quen ấy của anh chỉ làm đau lòng phụ nữ. Nhất là những người phụ nữ phải gồng gánh một mình cả đời như tôi và... bà Trần Tế Xương.

Tôi nói:

- Em đi năm châu bốn biển, nhưng chưa thấy hải sản ở đâu tươi ngon như ở đây. Thiên nhiên ưu đãi cái xứ này quá.

Lũy cười:

- Vậy mà em bỏ nơi này đi đến hơn mười lăm năm mới trở lại.

Tôi không biết trả lời sao, nên lại nhìn ra khoảng không gian ướt nước bên ngoài. Không tưởng tượng được thời gian mình bỏ đi đã lâu đến vậy. Đóa hoa, ngọn cỏ ở quanh đây trong mắt tôi, vẫn cứ như ngày hôm qua. Chưa tàn. Nhưng bất chợt tôi sực nhớ đã gần cuối tháng tư, đã lưng chừng nửa mùa thu ở miền nam bán cầu, nghĩ vội đến những bước bắt đầu lại cho cuộc sống mới ở nơi này, bỗng không tôi thấy mệt mỏi lạ. Mơ hồ, tôi nhận ra khi những động lực bắt buộc con người vươn tới trước chừng không còn nữa với mình, tôi tự hỏi lòng, chẳng biết rồi đây tôi có dang tay, thả nốt một quãng đời kế tiếp rơi vào hư vô hay không.

Thấy tôi im lâu quá, Lũy tiếp bằng giọng giễu cợt:

- Anh thấy nãy giờ em nói ra điều gì cũng có vẻ hết sức mâu thuẫn với nhau. Chẳng hạn như em bảo nhớ Huế mà hơn ba mươi năm không hề về thăm, rồi gọi đây là xứ tốt tươi, xứ đượm sữa và mật ong như em vẫn thường ví von, nhưng cũng bỏ đi thật lâu. Và lạ hơn nữa là khi về lại đến đây thì có vẻ như chẳng muốn ổn định lâu dài.

Tôi bật cười:

- Nếu như vậy, có lẽ phải nói là nơi đây đất không lành với em.

Hôm tôi vừa mới về, bằng một giọng cũng hết sức giễu cợt, Lũy đã hỏi tôi lần này có chịu ở lại luôn xứ này hay chưa. Và lúc hỏi tôi như thế, mắt anh long lanh cười. Tôi biết Lũy chỉ muốn trêu tôi vì nhiều lần tôi đã nói với anh, mãi cho đến tận tuổi năm mươi, tôi vẫn chưa hề đặt bất cứ điều gì trong cuộc sống có thể lên hàng tối quan trọng, cũng như chưa hề có nơi đâu khiến tôi muốn dừng chân.

Lũy nói tôi có thể cho anh biết lý do tại sao hay không. Tôi thở dài:

- Bình thường trong đời sống, có những điều vốn đã không "nặng ký" đối với em, đến lúc những bổn phận phải cưu mang trong nhiều năm trời tự dưng hết đi, chẳng hạn em đã không còn phải lắng lo những cái gọi là hằng ngày cho con cái như cơm ăn áo mặc, sách vở áo quần, thì mọi thứ quanh em bỗng lại càng trở nên mất trọng lượng. Tất cả các ước muốn và ước mơ của em gần như không còn, hoặc có còn chăng nữa, cũng không dữ dội, không mạnh mẽ để bật em dậy.

Tôi từng kể cho Lũy nghe ngày cầm xấp hồ sơ ly dị với chữ ký và mộc dấu của tòa án trên tay, tôi đã lật tới lật lui nhiều lần, vì cái cảm tưởng mình không giống ai cứ đến với tôi. Tôi thấy mình lạ. Dị kỳ. Tôi nói:

- Thay vì xa xót, đắng cay, hay chua chát, thì em lại ngẩn ngơ cố nhớ lại những cảm giác của ngày mình ký giấy hôn thú, để so sánh thử xem nó khác với những gì đang hiện diện trong tâm em như thế nào.

Lũy hỏi:

- Rồi em có tìm thấy sự khác biệt nào không?

Tôi lắc đầu:

- Không. Chẳng có sự khác biệt nào cả.

Không? Lũy ngạc nhiên hỏi. Tôi gật đầu:

- Vì vậy em mới thấy mình không bình thường. Em vẫn nghĩ em không phải là kẻ coi thường những sự kiện quan trọng trong đời sống một con người, cũng không là một người thờ ơ, vô trách nhiệm với bản thân và với người chung quanh, nhưng chẳng hiểu sao bất cứ điều gì xảy ra với em, từ điều lành đến điều dữ, chuyện lớn đến chuyện nhỏ, đều hiếm khi làm em bối rối hoặc hoảng hốt quá độ. Vui, với em, gần như cũng chỉ chừng mực, giới hạn ở một mức nào đó mà thôi. Và buồn, thì có thể nói là em thường rất tỉnh táo, rất bình tĩnh để chấp nhận. Có thể vì em vẫn hay nghĩ đến những trường hợp xấu nhất có thể xảy ra với mình ngay cả khi chưa hề có một báo động về những dấu hiệu xấu ấy, vì vậy khi chuyện dữ đến, em luôn có cách để đối phó. Thiên hạ chơi chữ, hay bảo em là con người biết trực diện với sự thật. Nhưng càng ngày, em càng thấy chẳng những thế thôi, mà em còn biết cách để trực diện với sự... giả nữa anh Lũy ạ.

Tôi phá ra cười khi dứt câu. Lũy làm thinh đôi giây. Anh cũng từng kể cho tôi nghe, anh có trái tim bọc thép, do nhiều lần phải "đương đầu" với những quyết định phũ phàng và tàn nhẫn của những người anh yêu hoặc từng yêu anh.

Và có lẽ "trái tim bọc thép" của tôi đang nghĩ đến một bàn tay nào đó có khả năng tháo gỡ cái vỏ bọc của mình, nên anh quay sang ngó tôi, bảo, em cần phải có một người cột chân để ổn định ở một nơi nào đó. Tôi lại phì cười:

- Anh định khuyên một người phụ nữ không có nhu cầu làm vợ như em nên đi lấy chồng, lập gia đình hay sao đây?

Lũy nhăn mặt:

- Một người phụ nữ độc thân không có nhu cầu làm vợ! Em ví von nghe cũng thuận tai đấy chứ nhỉ?

Tôi thu tay ôm lấy vai. Không biết nhìn đi đâu nên lại nhìn ra trời mưa. Mưa, mưa dầm dề. Mưa trút nước. Mưa tựa hồ những đợt sóng dữ không dứt đổ xuống đời tôi những tháng năm vừa qua đi trong quá khứ. Tôi xa xót nghĩ đến điều Lũy từng nói, rằng đi mãi, tìm kiếm mãi, đến tuyệt vọng, nhưng vẫn chưa được thấy đốt xương sườn của mình ở nơi nào.

Tôi quay mặt hẳn về phía Lũy. Nhớ mình mới vừa đề nghị sẽ kho cho anh nồi cá nục kiểu Huế, tôi hỏi anh:

- Anh có nghe nói về loại cowfish bao giờ chưa nhỉ?

Lũy gật:

- Hình như đó là một loại cá có nọc độc.

Tôi mỉm cười:

- Không những nó chỉ có nọc độc thôi anh, mà loại cá này trước khi dãy chết, hoặc dầu có bị chết bất đắc kỳ tử đi nữa, nó cũng sẽ không quên nhả hết nọc độc trong người ra để làm chết luôn những con cá khác ở chung quanh nó.

Lũy lườm tôi:

- Em định nói gì anh phải không?

Tôi đưa cả hai bàn tay lên che miệng cười:

- Thấy anh thật giống hệt con cowfish, chết mà cũng không muốn chết một mình, còn định rủ người khác chết chung cho vui! Nếu không thích giang hồ lãng du nữa, và cảm thấy cần dừng gót thì anh cứ đi kiếm người cột chân, kiếm người nào đó làm anh... mất độc lập tự do hạnh phúc đi. Chứ anh xui em làm như vậy chi cho khổ đời em!

Lũy không đáp. Chỉ lắc đầu, rồi nói, mưa dầm dề kiểu này, lười ra đường kiểu này, có lẽ cho tới khi em về, cũng chưa có nổi một nồi cá kho.

GIẢ ĐÒ NGÓ LƠ

Cứ mỗi bận gặp hắn, là tôi lại nghe hắn bàn tán đến chuyện chết chóc. Không chiến tranh, không tật bịnh, thì cũng thanh toán đâm chém. Từ châu nọ đến châu kia, từ phố này qua phố khác. Hắn thích tán hươu tán vượn. Nói, để cho vui. Và không biết có phải chờ mãi mà không thấy ai... vui hoặc khen hay, hắn tự kể công, sở dĩ hắn sôi nổi bàn tán như thế vì hắn muốn làm giảm bớt sự căng thẳng cho chúng tôi khi đang làm việc. Hắn kể công thêm, hắn đã đọc giùm cho chúng tôi vài bản tin nhanh trên tờ báo hắn mang đến bởi biết chúng tôi không có thì giờ.

Lần này vác xác đến, không hề nhắc đến cái chết, tôi tưởng hắn đã chán đề tài cũ nên đổi qua chính trị. Vì vừa ngồi xuống ghế, hắn vội vã đi ngay vào phần bình luận cuộc bầu cử liên bang sắp tới một cách hết sức say sưa. Khi đọc xong những bài phê bình gay cấn, hắn cẩn thận thêm thắt mớ ý kiến riêng tư của hắn vào. Vẻ mặt và giọng nói của hắn lúc ấy chừng như rất nghiêm trang, tử tế, y hệt một công dân tốt luôn luôn lo toan đến tình hình đất nước. Thế mà cuối cùng, đang thao thao, hắn bỗng kết luận một câu hoàn toàn không ăn nhằm, không liên quan gì đến những điều hắn đang đề cập:

- Để tự tử, tôi nghĩ cách dễ nhất là bắn vào đầu một phát. Chắc ăn nhất là phải tì khuỷu tay thật cứng trên mặt bàn, hay ít ra cũng trên một mặt phẳng có chân trụ vững vàng để không bị mất thăng bằng, chòng chành, rồi sau đó là kê nòng súng vào thái dương, vào đúng ngay vị trí cái chỗ hõm, chếch lên phía trên chân mày vài xăng ti mét. Ở đây này -hắn chỉ vào đâu đó và nhấn mạnh- đoành! Một phát.

Hắn hạ giọng:

- Một phát một thôi nhé. Một phát. Không rùn tay, không sợ hãi, không do dự.

Cuối cùng hắn buông giọng chắc nịch:

- Phải bắn như thiên hạ bắn phát súng ân huệ vào đầu mình ấy... Pằng! Pằng! Ác liệt. Khí khái. Khẳng định. Vậy là xong! Vậy là hết! Vậy là không chết không được!

Tôi ngó hắn, nhưng không nói lời nào. Cũng không hề tỏ một phản ứng nghi ngờ, sợ hãi hay diễu cợt khiến hắn có cớ để bắt chuyện. Hắn ngó lại, ngó thẳng vào mặt tôi, im im giây lát. Sau, hắn nói:

- Đúng không? Bắn kiểu ấy sẽ chết ngay tức khắc.

Tôi vẫn im. Hắn bật cười dòn:

- Chết như thế chắc chắn là hạnh phúc lắm. Nhưng chỉ có điều ở cái xứ sở này mua súng khó quá.

*

Đến lúc ấy thì quả là tôi nín không được nữa, nên bật ra câu trả lời, thì đi mua một khẩu súng săn, chính phủ không cấm dân mua súng săn. Hắn hỏi súng săn có thể làm chết người được không. Tôi không đáp vội. Bởi tôi muốn tìm ra một câu thật ác, thật chắn chắn để làm hắn cứng họng. Lát sau tôi mới nói. Súng săn bắn chết được thú thì sẽ có thể bắn chết được người, cọp beo trúng đạn ngã lăn quay, chắc chắn người trúng đạn càng dễ về miền vĩnh cửu. Tôi tiếp:

- Nhưng nếu muốn biết rõ hơn, và nếu có đủ can đảm kê súng vào đầu mà nhả đạn, thì đi mua về mà thử.

Hắn ra vẻ suy nghĩ. Tôi quay lưng về phía hắn, lấy ly tách từ trong máy hấp ra xếp vào tủ. Tôi cố ý không nhìn hắn để khỏi phát khùng lên vì cái ý tưởng chết chóc, tự tử mà hắn đang ba hoa, xạo xự. Tuy nhiên rốt cuộc chính tôi lại là người không chịu nổi sự im lặng khá bất bình thường giữa hắn và tôi, nên tôi quay lại, rùn vai:

- Điều tôi nghĩ tốt nhất là nên chạy qua bên đông, tìm mua một cây súng bắn người thứ thật, bảo đảm trăm phần trăm không giết được mình cũng giết được thiên hạ.

Hắn hỏi chính xác là mua ở thành phố nào, và khu vực nào. Tôi đáp tôi sẽ hỏi giúp cho. Hắn phì cười:

- Nhìn mặt cô, nghe cô nói biết chỗ mua súng mà tin được kể cũng lạ. Y hệt như giữa ban ngày lại tin có ma.

Tôi hỏi lại, tại sao không. Hắn không đáp. Tôi nghiêm mặt:

- Tôi bảo tôi sẽ hỏi giúp, có nghĩa là tôi đã biết mua được súng ở đâu. Nhưng nói thật, dẫu tôi không biết chỗ chính thức đi chăng nữa, mà nếu anh cứ ước ao được chết, tôi sẽ cố gắng tìm địa chỉ giúp anh. Tôi có biết một người từng qua lại với dân buôn bán vũ khí.

Lần này tôi quay hẳn lại nhìn thẳng vào mắt hắn cho hắn biết tôi không đùa. Hẳn nhiên tôi bắt gặp hắn cũng đang dán mắt vào tôi. Nhưng cái ánh mắt ấy rõ ràng đầy vẻ diễu cợt và tinh quái. Khi tia nhìn hắn chạm tia nhìn tôi, hắn khe khẽ nở ra một nụ cười.

Lát sau hắn chống tay lên cằm, bảo. Đùa vậy thôi chứ tôi sẽ không tự tử bằng súng đâu. Chết kiểu ấy xấu xí, rùng rợn. Tôi sực nhớ lại trong bài viết nào đó của mình cũng nhắc đến chuyện nhất quyết không cho nhân vật mình tự tử bằng súng. Tôi so vai:

-Đã tự tử, thành thây ma thì xấu hay đẹp cũng vậy thôi chứ có khác gì.

Hắn lắc đầu. Cũng vậy sao được. Chết nát thây, nát mặt sẽ hoàn toàn khác với cái chết của một người được an giấc ngàn thu trong sự thanh thản hoặc tràn đầy mộng đẹp chứ. Tôi im.

Hắn nghiêng bộ mặt thật đẹp, nụ cười đều ơi là đều chao về phía trước. Về phía tôi thì đúng hơn. Đôi con mắt trong vắt, xanh sẫm như bầu trời mùa hạ, hàng mi dài vuốt cong sắc sảo, đôi chân mày sậm, đẹp, mà lần đầu tôi đã phải gọi là hắn là Don Juan. Hắn có cái nhìn gợi cảm, đa tình không chịu được. Đám nhóc trong nhà hàng bảo hắn mà tán em nào, thì có tránh cách mấy cũng phải ngã.

Chạm cái nhìn không biết nên xếp vào loại nào của hắn, tôi quay đi. Hắn vừa nói vừa cười, cái giọng cười hết sức nồng nàn và ngọt ngào đặc biệt:

- Chết nát bét như vậy, tội nghiệp người thân của mình. Tiền trang điểm xác chết chắc phải trả gấp đôi.

Tôi không nghĩ hắn sẽ nói một câu như vậy, nên không nhịn được, đành cười theo. Hắn bắt ngay lấy nụ cười của tôi, hớn hở:

- Như Nga vậy, sau này mà Nga không chết trong tư thế với nụ cười tươi tắn như thế này, là Nga sẽ mang tội với đất trời, và với con người.

Tôi không biết trả lời sao. Lại quay đi. Hắn khua chiếc thìa inox trong ly cà phê làm kêu lên những tiếng lanh canh trong vắt vui tai. Hỏi có thể gọi thêm ly thứ hai nữa được không. Tôi đáp sao không, tôi buôn bán mà. Hắn nói cám ơn rồi xuống giọng, mềm mướt như than thở:

- Chắc là tôi phải nghĩ ra cách chết khác quá Nga à.

Tôi làm thêm ly cà phê sữa đá, đặt lên bar, trước mặt hắn. Hắn buông tờ báo, đưa mắt nhìn tôi đi qua đi lại, làm việc, rót nước pha trà cho khách. Hắn nói, cà phê Nga pha lúc nào cũng ngon hơn người khác.

Chừng năm mươi giây sau, sau khi uống một vài ngụm, hắn trở lại đề tài cũ, bàn tán về các kiểu chết và kiểu tự tử với một giọng điệu tươi tắn, hoàn toàn mâu thuẫn với nội dung câu chuyện hắn đang cố lôi tôi tham dự vào. Biết ý hắn, tôi kiên nhẫn giữ bộ mặt thản nhiên, không thêm bớt câu nào. Nhưng tôi nghĩ bụng, hắn mà dám tự tử, chắc trái đất sẽ biến thành hình vuông! Cái bản mặt hắn, đẹp như tài tử đóng phim ấy, cộng thêm cái láu cá khôn vặt, và tinh ranh như cáo, hắn dọa tự tử hắn phải vì điều gì đó mờ ám trong bụng.

Nói chán, uống chán, ngó và khen tôi chán, hắn lại cười:

- Mà Nga này, tự tử theo Kinh Thánh là phạm tội giết người phải không? Tôi nhớ Nga bảo chỉ có Chúa mới có quyền trên cái sống cái chết của con người. Vì vậy tự tử là đoạt quyền quyết định của thượng đế.

Hắn im chừng một giây chờ phản ứng của tôi:

- Đúng vậy không, Nga nói như vậy mà! Tôi nhớ Nga nói như vậy mà!

Lần này thì tôi quay lại chặc lưỡi, nhìn thẳng vào mặt hắn. Nạt:

- Biết vậy còn hỏi làm gì.

Hắn bật cười thành tiếng. Dòn dã. Biết ngay, hễ động đến Kinh Thánh và Chúa của cô thì thế nào cô cũng bực nhặng lên như thế này. Tôi lườm. Muốn phang cái ly đang cầm sẵn trên tay vào người hắn. Có súng, dám tôi cũng sẽ không thiếu can đảm bắn hắn một phát. Một phát vào đầu, vào thái dương. Vào ngay cái bản mặt đáng ghét ấy, như hắn mới ước ao. Hắn nheo nheo mắt, Nga ơi, tôi thích nhìn ngắm Nga lúc Nga đang làm việc như thế này vô cùng. Tôi cười mũi:

- Cái câu này tôi nghe anh lập đi lập lại như đòi tự tử.

Nụ cười hắn vẫn nở ra rạng rỡ trên môi:

- Tự tử, là có thể nói chơi cho vui, còn thích nhìn ngắm Nga làm việc là một sự thật. Nói chơi và nói lên sự thật hoàn toàn không giống nhau!

Tôi bĩu môi. Hắn vẫn thường khen tôi dễ thương khi tôi đang làm việc. Hắn nói:

- Cái vẻ dịu dàng, nhẫn nại luôn luôn làm cô như nổi bật lên giữa bao người.

Nhớ lần đầu tiên mới nghe hắn nói câu tương tự như thế, tôi đã mỉm cười một mình nhiều lần. Thấy vui trong bụng dẫu vẫn hết sức cố gắng để không cho hắn thấy hay đoán ra cảm xúc của mình. Tôi còn nhớ những lần sau đó, khi hắn đến, như những phản xạ tự nhiên, tôi đã cẩn thận chăm chút trong từng cử chỉ, từng động tác của mình trong lúc làm việc. Buồn cười hơn, có đôi khi tôi còn thầm quan sát xem hắn có những biểu lộ gì thêm hay không nữa. Một lần hắn nói:

- Tôi không ưa những người đàn bà quá mềm yếu, nhưng tôi thích sự nhẫn nại, cần mẫn của người nữ. Nó vẫn thường tạo cho tôi có cái cảm giác mình được chăm sóc một cách hết sức thân thiết, chu đáo và nồng ấm. Nhất là người phụ nữ Á đông, cái tính cách ấy quyến rũ lắm Nga ạ.

Tôi đã trả lời tôi không có ý kiến về điều hắn nhận xét. Hắn nhìn tôi cười cười:

- Nga có biết Nga là một đại diện cho mẫu người ấy không?

Hôm ấy đám nhóc làm việc trong nhà hàng nói với tôi, thằng cha này khoái loại phụ nữ kín cổng... leo tường. Tôi bảo nếu hắn không bị mẹ bạc đãi thời thơ ấu, luôn luôn khao khát bàn tay chăm sóc của người mẹ thì hắn thuộc thứ chuyên mê người ở, con sen!

Đám nhóc cười ầm ầm. Về sau, nghe hắn nhắc tới nhắc lui mãi điều ấy như thói quen, tôi nghĩ hắn chỉ khen cho có khen. Cho vui, như hắn vẫn thường nói về chính mình. Và tôi tự nhủ, không thèm để ý đến hắn nữa.

Hắn hay đến ăn mỗi tối thứ hai trong tuần. Lần đầu tiên vì nhà hàng quá đông không còn chỗ, nên hắn xin được ngồi trên bar. Bảo chỉ cần ăn một tô phở nhỏ, uống một ly cà phê sữa đá, như đã được ăn, uống ở Việt Nam là đủ. Đám nhóc chạy bồi khoái hắn ngay khi nghe như vậy, nên sắp xếp cho hắn chỗ phía trước quầy nước. Đến cuối giờ lại khen hắn xộp, cho tiền "tip" hậu hĩnh.

Những tuần sau đó, dẫu không thiếu chỗ hắn vẫn được ngồi ở chỗ hắn thích. Hắn bảo ngồi ở quầy, vừa được phục vụ nhanh, vừa được nhìn ngắm tất cả những người làm việc trong nhà hàng. Đám bồi hân hoan chào đón hắn. Hắn nói muốn học tiếng Việt, đứa nào cũng dành làm thầy. Thỉnh thoảng học được câu nọ câu kia, hắn khoái chí thực tập với từng đứa. Tụi nhóc dạy hắn nói anh yêu em, hắn bảo câu ấy tầm thường, đòi học ca dao. Tụi nhỏ trật duột dịch thò tay ngắt một ngọn ngò; thương em đứt ruột giả đò ngó lơ. Tôi không tham gia, nên hắn cứ gợi chuyện hỏi tới hỏi lui nhiều lần. Thấy vậy đám nhóc càng thích thú, càng cố dịch và dạy hắn đủ điều. Hắn hí ha hí hửng học theo dầu tôi nghĩ hắn chẳng hiểu gì hết ráo. Mãi cho đến lúc đám nhóc lại hỏi anh muốn lấy vợ Việt Nam không, hắn cười cười nhìn tôi không đáp, tôi đành phải la lên cả lũ mới chịu im.

Ngồi ở quầy, tôi là người đầu tiên bị hắn dán mắt vào. Với ngôn ngữ của hắn, dịch ra tiếng Việt, khó có thể phân biệt giữa "bị" và "được", vì vậy tôi chẳng biết mình đã bị hay được hắn nhìn. Tuy nhiên bị hay được, tôi cũng không cảm thấy tự nhiên chút nào. Gần như chẳng bao giờ tôi có ý định bắt chuyện, hay tự ý tham dự vào những điều hắn đề cập, tán gẫu với đám nhóc. Khi không có đứa nào gần đó, hắn ngồi chầu rìa ngó tôi cặm cụi đi tới đi lui giữa lũ nước ngọt, rượu bia, lau lau chùi chùi mớ ly tách, thìa nĩa.

Tôi thật sự không biết hắn nghĩ như thế nào, nhưng từ hôm bắt đầu bật ra câu khen ngợi tôi, thể như người đã lấy được trớn để phóng về phía trước, hắn tỉnh như ruồi nói nói, cười cười thậm chí thỉnh thoảng còn trêu chọc tôi bằng những câu nói thường là thật dí dỏm khiến phải gắng lắm tôi mới không phì cười trước mặt hắn.

Bọn nhóc trong nhà hàng ưa hắn. Có đứa cất công kể lể cho hắn nghe về tôi. Bảo tôi ngoài viết lách, vẽ tranh, còn thêu thùa đan lát cắm hoa làm bánh nấu ăn. Có lần, một trong những câu chuyện làm quà, hắn khoe ba hắn cũng viết lách gì đó. Cho một tờ tạp chí khoa học ở Frankfurt. Lúc nghe hắn nói, nghĩ đến những con số, tài liệu, tôi cười cười đáp:

- Tôi bất đắc dĩ lắm, cần thiết lắm, mới đụng đến những bài viết như vậy.

Có lẽ hiểu ý tôi, hắn bảo:

- Ba tôi mê văn chương. Ông có đủ loại sách, chứ không chỉ sách khoa học. Phòng đọc sách của ba tôi nhìn ra vườn cây lãng mạn, trữ tình lắm.

Hắn nói tiếp. Người viết lách như Nga nhìn thấy tủ sách của ba tôi chắc ưng ý. Người viết lách như tôi, họa có điên mới không thích sách, không thích chỗ ngồi đọc sách nhìn ra vườn cây! Nhưng tôi nghĩ thầm trong bụng, thích thì thích vậy, mà cái sác xuất để tôi có thể nhìn thấy tủ sách của ba hắn có lẽ hiếm hoi như trúng số độc đắc.

Tôi còn nhớ thêm hắn từng kể, hắn thuộc loại cha làm thầy con bán sách, loại người con hoang đàng trong Kinh Thánh đòi chia cho bằng được gia tài xong đem đi xài phí, cho đến lúc phải ăn bã đậu dành cho heo mới trở về nhà khóc lóc xin cha tha tội. Mường tượng ba hắn chỉ cần nghe đến chuyện hắn muốn dẫn người về nhìn ngắm tủ và chỗ đọc sách của ông, chắc đã nổi khùng.

Đám nhóc nói với tôi hình như hắn ưa tôi. Đứa khác bảo sự lạnh lùng của chị hấp dẫn hắn. Có đứa đùa, chị có nghe câu ca dao em dạy cho ông ấy không. Tôi cười:

- Ở vào cái lứa tuổi của chị hiện giờ, yêu ai là sẽ nói thẳng rằng mình yêu. Sẽ yêu và nói mà không so đo, không sợ thiệt hại, cũng không sợ người ta khi dễ hay xem thường mình gì cả. Càng không sợ bị tổn thương nữa. Bởi vì đã tới lúc tri thiên mệnh, con người ta thường nhìn thấy đời người ngắn ngủi và biết không còn mấy cơ hội để được yêu, được rung động nữa, nên hầu hết ai cũng vội vã.

Tôi tiếp:

- Vì vậy chị sẽ không... ngắt cọng ngò, không thích ngắt cọng ngò nào cả.

Đám nhóc phì cười. Nhưng chẳng biết có mấy đứa hiểu rõ tôi muốn nói điều gì. Hắn hẳn nhiên càng không hiểu. Hắn bảo:

- Người nào phước đức lắm thì được lấy Nga làm vợ.

Tôi cười:

-Tôi lại nghĩ ai lấy được anh mới có phước.

Hắn hỏi tại sao. Tôi rùn vai:

-Thì tại anh thích chết, thích tự tử. Anh chết sớm, vợ anh sẽ được lãnh tiền bảo hiểm sớm. Phải phước đức lắm mới được xài tiền kiểu đó.

Hắn bật cười. Bảo chưa bao giờ hắn nghĩ ra được một điều ác đức đến vậy. Tôi đáp tôi nghe hắn đòi tự tử như con nít đòi quà, nên khó lòng lắm mà vẫn không thể nào nghĩ khác hơn. Đám nhóc bảo tôi dịch cho hắn nghe câu hát "nếu mai anh chết em có buồn không". Tôi không dịch nhưng sực nhớ đến câu thơ khi tôi chết hãy đưa tôi ra biển, mà phì cười một mình. Đưa ra biển. Đưa ra biển. Ở cái xứ này, bê một cái xác chết hay một hũ tro ra tới biển, thật tình, đổ nợ như chơi!

*

Hắn đi Paris bốn tuần. Khi về, hắn mang tặng tôi một hộp bánh biscuit thật ngon. Hắn nói vừa ở nhà ga về là đi thẳng đến quán ăn. Tôi đãi lại hắn ly cà phê sữa đá. Hắn nói hắn có đến quận mười ba, nơi người Việt và người Hoa buôn bán sầm uất như Bolsa ở Mỹ. Hắn kể hắn đến đấy ăn phở, uống cà phê. Hắn nói:

- Nhưng cà phê bên đó không ngon bằng cà phê Nga pha.

Tôi cười. Hắn ngó tôi một lát, bảo hắn nói thật đấy. Tôi im. Hắn im theo một hồi rồi chặc lưỡi:

- Nga có nụ cười tươi tắn như vậy mà ít khi chịu cười.

Tôi trả lời tôi vẫn thường hay cười, nhưng chỉ không cười với hắn. Hắn gật đầu, nói tôi hiểu tôi hiểu. Lát sau hắn khoe mớ hình hắn chụp ở Paris. Hắn bảo sang Paris, lần nào cũng hứa sẽ leo lên từng chót tháp Eiffel, nhưng chưa bao giờ làm. Tôi nở một nụ hàm tiếu với hắn:

- Leo lên đến trên ấy, chắc cùng lắm là anh chỉ nghĩ đến chuyện tự tử chứ ích lợi gì mà tiếc rẻ.

Hắn cười theo, tán đồng:

- Nga nói đúng đấy. Chỉ cần đứng trên cầu sông Sein mà tôi đã muốn nhảy xuống cho rồi, huống gì leo lên đến đỉnh tháp.

Tôi bảo:

- Nhảy từ trên cao xuống, nếu may mắn rớt cái lưng xuống trước và chết ngay, tôi nghĩ có lẽ nhan sắc mình vẫn không thay đổi gì mấy.

Hắn ra vẻ trầm ngâm:

- Nhưng mặt mày có thể sẽ méo mó dị dạng đôi chút vì đau đớn.

Tôi hỏi theo hắn thấy chết cách nào là ổn thỏa nhất. Hắn đáp:

- Dường như chỉ có cách uống thuốc ngủ là có thể giữ được vẹn toàn nhiều thứ. Nhưng không biết uống liều lượng cỡ bao nhiêu là vừa và không quằn quại nhỉ?

Tôi hỏi hắn có cần hỏi bác sĩ không, tôi quen nhiều bạn làm trong ngành y, tôi sẽ giới thiệu cho một vài người. Hắn im. Nhưng thình lình hắn bỗng lườm tôi một cái thật sắc. Và lần đầu tiên hắn thôi không nói chuyện nữa trước khi cái bản mặt tôi trở nên quạu quọ khó chịu.

Qua hôm sau, đám nhóc trêu nhờ có hộp bánh nên tôi trò chuyện với hắn hơi nhiều. Tuy nhiên cũng có đứa trách:

- Chị ấy thường tiết kiệm lời với thằng cha này, nhưng đến lúc nói nhiều hơn mọi lần một tí thì lại chỉ xúi người ta tự tử.

Tôi không biết trả lời sao đành cười. Đứa khác bảo chắc là hắn có tâm sự gì u uất. Tôi hỏi đùa tâm sự loài chim biển hả. Thằng bé trách thêm. Chị chỉ được cái nước ác.

Tôi đáp tôi có ác gì với hắn đâu, và nghĩ thầm trong bụng, tôi chỉ không muốn một khoảng cách gần gũi, thân thiện. Chỉ không muốn làm bạn bè với hắn. Vậy thôi.

Vậy thôi, nên khi thấy hắn thưa đến quán, tôi cũng không hỏi han gì. Cũng không tỏ ra lạnh nhạt hơn hay thân thiện hơn. Nhưng cho đến lúc đám nhóc nói, dạo này thấy hắn gầy và xanh đi nhiều quá, tôi mới hơi giật mình. Thật lòng tôi không biết nên phản ứng như thế nào. Tỏ ra ái ngại thì hắn có vẻ là tuýp người không muốn nghe, không muốn nhìn thấy người khác tỏ lòng trắc ẩn, âu lo cho mình. Chăm sóc thì là điều tôi không muốn làm với hắn. Vì vậy đôi lần tôi đã dợm lời, nhưng cuối cùng rồi lại thôi.

Và khoảng cách giữa tôi với hắn chừng như không hề thay đổi cả cho đến tận ngày tôi rời quê hương hắn. Lần cuối gặp nhau trong quán ăn, lần đầu tiên tôi bắt tay hắn, nói từ giã và chúc hắn ở lại bình an. Hắn hơi sựng đi giây lát. Bàn tay đang nắm lấy tay tôi chừng như co lại đôi chút. Hắn đã ngó tôi một hồi, nhưng không nói gì. Khi tôi rụt tay về, hắn khe khẽ mỉm cười, nụ cười rất tươi tắn:

- Như vậy là ngày tôi từ giã cõi đời, có lẽ không mong gì được Nga tiễn đưa đi một đoạn.

Tôi không biết trả lời sao. Nhưng sau tôi lườm hắn:

- Cái ngày xa xôi ấy, biết đâu tôi lại có dịp quay về đây thì sao.

Hắn gật gù. Được vậy thì còn gì bằng. Và hắn lại tiếp tục cái giọng bông đùa, trêu chọc, chúc cho tôi có cuộc sống bình an, vui tươi nơi tôi sẽ đến, bảo hy vọng tôi sẽ không bao giờ gặp thêm một người nào thích chuyện chết chóc như hắn nữa.

Tôi về nam bán cầu. Hai mươi sáu giờ bay đưa tôi đi tít xa nơi chốn hắn. Chẳng còn một thành trì nào cần dựng ra giữa tôi và hắn. Nhưng vậy mà dường như cũng chưa đủ. Một đứa trong đám nhóc của nhà hàng gửi email cho tôi. Viết, "chị Nga à, Don Juan của chị như thế là đã không còn đến quán nữa. Không bao giờ còn đến nữa. Ngày hôm qua em mới đại diện chúng nó, và mạn phép đại diện chị, đưa anh ấy đến nơi an nghỉ. Một chỗ cũng gần, rất gần, ngay trong thành phố này thôi chị ạ, nhưng anh ấy không thể đến ăn tô phở, uống ly cà phê sữa được nữa rồi. Trước đấy vài tuần thì khối u làm anh ấy đau đớn lắm, nhưng khi ra đi, lại thanh thản, bình an vô cùng. Anh ấy có nhắn lời thăm chị. Có nhắc cả ca dao chúng em dạy anh ấy. Chị Nga ơi, chị có biết là căn bịnh làm anh ấy đã không dám, ngay cả đưa tay ngắt cọng ngò không hở chị?”

MƯA HỒNG

Nga không tưởng tượng được thành phố này, đã có lần anh từng về. Trời mưa xốn xang từ ngõ nhà Nga ra đến đường phố lớn. Mưa, mỏng manh, nhè nhẹ ngoài hiên, rồi nặng hạt, xác xao những cánh hoa vàng trên giậu, mà chắc lát nữa đây khi trời thôi đổ những hạt nước tội tình, sẽ ngả nghiêng, dập nát tả tơi. Hôm trước Nga đã nhìn thấy đám huỳnh anh này nằm phơi xác trên sân sau một cơn mưa tương tự mà muốn khóc hết sức. Có anh, anh có làm giùm một bài thơ hay chăng?

Mưa, buồn ơi là buồn. Mưa giam hãm Nga trên ghế salon, cột chân Nga trong phòng khách. Nên ngồi bó gối, chùng người, Nga khều khều thằng cháu, bảo chở cô đi ra ngoài. Thằng cháu, game chơi chán chê, truyền hình cũng chán chê vì không có thứ gì để coi, chắc đã nhũn nhão, cuồng cẳng, nên ngó ra ngoài hàng hiên một lát như đoán xem mình sẽ còn bị tù túng như cô đến bao giờ, rồi hùng dũng đi thay quần áo. Hai cô cháu mũ mão, áo tơi áo mưa lùm tùm, đẩy xe ra ngoài, bà nội nhìn theo, chán ngán, sao không chờ hết mưa hẵng đi con, lạng quạng cảm cúm ốm đau hết cả hai cô cháu bây giờ. Nga quay lại cười, hết mưa, thì con đâu còn muốn đi.

Hết mưa, Sài Gòn hết những cái hấp dẫn kỳ quặc mà nơi xa xôi kia, anh và Nga đã từng quắt quay nhớ thương. Bà nội làm sao biết được Nga đang muốn cùng "đi" với anh, ra đầu ngõ, ra đường phố lớn. Muốn nhìn thấy hơi hướm Sài Gòn của những ngày anh mới tập tễnh làm thơ tình, muốn nhìn lại bóng dáng mình thuở sang đường còn sợ áo bay. Hết mưa, bàn chân đâu còn phải nhón gót, tà áo đâu còn phải kéo lệch sang bên cho anh nhìn thấy khoảng thịt da mại mềm thiếu nữ, phải không anh?

Thằng cháu hỏi mình xuất hành hướng nào bây giờ. Nga bảo đi đâu cũng được, miễn là loanh quanh Sài Gòn vì cô chỉ muốn đi dưới trời mưa thôi. Thằng cháu cười, thiệt không cô. Nga ừ. Thằng cháu nói nhưng không quay lại, đi kiểu này thì lãng mạn nhưng dễ bị nội la đó nhen cô, bởi lội mưa về, mà con với cô đau một trận như nội nói là tàn đời hai cô cháu luôn. Lát sau thằng cháu nói thêm, nội chắc la tắt bếp cô Nga à. Nga cười cười, đáp không sao đâu, nhà mình xài bếp điện, chỉ khi nào sở điện lực cúp mới tắt được thôi con, nội la, có lẽ không cháy nổi cầu chì. Thằng cháu cười theo. Ngồi sau một mình, nghĩ tới nghĩ lui, Nga cũng thấy mình lãng mạn thật. Bởi vì chỉ do mấy câu thơ cố quận anh gửi cho xem dạo nọ, mà khi về cố quận như thế này, Nga bỗng muốn phải thử đi lại dưới trời mưa xem sao, mặc dầu khi về tới cố quận rồi, thì lại không dám ra đường một mình, lại phải nhờ thằng cháu hộ tống...

Thằng cháu hỏi lần nữa, nói vậy chứ mình đi đâu hả cô? Đi đâu hả, cô nói rồi, đi dưới trời mưa! Khơi

khơi vậy sao? Ừ, khơi khơi thôi. Nga trả lời. Thằng cháu làm thinh. Chắc không dám nghĩ cô mát dây. Tự dưng Nga bỗng buồn cười. Nhớ anh có lần nói, không chịu nổi được cái chất điên của Nga, Nga ơi. Nên Nga sửa lại. Thôi con chở cô qua Gò Vấp. Có địa chỉ không cô. Không con, cô chỉ muốn xem có cái gò nào đã làm vấp chân người ta ở đó. Thằng cháu cười. Bây giờ người ta san bằng đường xá hết trơn rồi cô. Vậy thì chừng nào vấp ổ gà, mình dừng lại con à.

Mưa lầy lội từ con ngõ nhà Nga ra ngoài đường. Từ Gia Định, qua Gò Vấp của anh. Mưa ngăn sông cấm chợ, lộp độp tung tóe ba bên bốn bề. Mưa làm hiên nhà nào cũng đầy người, nhưng chắc có lẽ không quán hàng nào bán được nửa xu. Xe nước mía, sạp bán cóc ổi kín thu lu những tấm bạt nylon. Chao ơi, anh ơi, lâu quá rồi Nga không ăn cóc ổi, nếu không phải thằng cháu mà là anh ngồi phía trước, Nga sẽ bắt anh dừng lại, mua một bịch ổi cóc. Cho anh mường tượng Nga mười sáu tuổi, mường tượng cả thanh xuân Nga dành trọn hết cho anh. Chao ơi, nếu là anh, nếu là anh ở phía trước...

Trời mưa to ghê anh. Mưa ngập nửa bánh xe máy của thằng cháu. Đôi dép da Nga mang trên chân, đẫm nước, làm khi không Nga lại thèm sang một thứ khác, là thèm được mang guốc gỗ quá đỗi. Lâu lắm rồi, dễ thường đến gần ba mươi năm nay, Nga không còn xỏ chân vào đôi guốc mộc, guốc Đa kao, cũng không còn nghe tiếng guốc khua trên đường. Áo trắng ở đây bây giờ nhiều, nhưng các cô dường như chẳng còn muốn yểu điệu sang đường cho tà áo vờn bay tha thướt như thời Nga làm con gái, mà các cô lạng xe Dream, xe a còng. Trời mưa, các cô còn lùm tùm thứ áo nylon che kín mít từ đầu đến chân, phóng xe ào ào qua những con phố đầy nước, không như bọn Nga áo dài túm vạt, chân sen nghịch ngợm trên đường. Như cái bầy con gái của Võ Hà Anh -Dung Sài Gòn đó, anh nhớ không?

Mưa, ở đâu, cũng buồn ghê anh à. Mưa này anh gọi mưa úng thủy, mưa se lòng. Mưa dột nát trái tim anh. Mưa ủ ê sầu lòng Nga. Ngồi sau xe máy, nước bám lăn tăn trên kính, Nga nhìn phố xá bằng đôi con mắt mù mờ. Đoán tới đoán lui, con đường này chắc hẳn anh phải ngang qua, nhiều lần, hay ít nhất là một lần trong đời. Nên Nga bèn chồm lên hỏi thằng cháu thêm câu, từ Gia Định qua Gò Vấp bao nhiêu cây số vậy con. Thằng cháu trả lời, ơi, cái câu trả lời y hệt như câu anh đã nói với Nga lúc trước, tùy ở nơi nào bên Gia Định qua tới nơi nào của Gò Vấp chứ cô. Rồi thằng cháu tiếp, nhiều khi chỉ một phút, hai phút, nếu như con đang ở đầu đường Lê Quang Định như vầy nè. Nga nhìn quanh. Biên giới giữa hai nơi, có thể chỉ là một cái thò chân từ chỗ đứng này qua chỗ đứng phía bên nọ. Vậy thì, từ Gia Định của Nga qua Gò Vấp của anh, hẳn không có cái gò nào để vấp hết. Chỉ có sợi tóc vướng chân, hụt hẫng, Nga ngã vấp xuống đời anh mà thôi. Phải không?

Mưa lăng quăng, nên Nga cũng đưa trí nhớ lăng quăng về những điều lẽ ra không nên nhớ. Nga bảo thằng cháu kiếm quán cà phê hai cô cháu ngồi nghe nhạc. Thằng cháu nói với lại qua tiếng mưa réo rắt đàng trước, chưa sập ổ gà mà cũng ngừng sao cô. Nga ừ. Chưa sập ổ gà, mà cô đang ngã sấp xuống nỗi buồn đây con ơi.

Chưa vấp cái gò nào, mà cuộc đời không có chỗ cho Nga trú chân. Nga bảo thằng cháu sà vô một cái quán. Bây giờ nhan nhản ở Sài Gòn, đi đâu cũng thấy, Trung Nguyên, như một chuỗi sao. Đi đâu cũng thấy những quán cà phê có chung một kiểu trang trí, bên ngoài bảng tên thì giống hệt nhau. Cái thế giới công nghiệp hiện đại, rất Mỹ, đã len lỏi vào cà phê Việt Nam rồi, anh có biết không? Tự dưng Nga lại thấy não nề. Vào quán này với quán kia, mà không thấy cái lạ, không phân biệt được nét riêng, cà phê có ngon mấy, uống chắc cũng thấy nhạt nhẽo, vô vị.

Thằng cháu nói, con dẫn cô đi uống cà phê Ban Mê Thuột, cho cô nhớ đến người đòi chở cô bằng xe máy từ miền trung lên cao nguyên. Nga trả lời cô quên ông đó rồi con. Cô quên người ta như quên một cơn mưa, một giấc chiêm bao. Thằng cháu chặc lưỡi, thiệt vậy không cô? Thiệt.

Nga nói vậy, mà lòng se sắt nghĩ đến giấc chiêm bao không hiểu sao nhiều đêm liền vẫn kéo tới, vẫn bủa vây Nga đến chóng mặt. Đêm hôm qua Nga lại nằm mơ, hẳn nhiên là thấy anh. Thấy cả Nga trong giấc mơ ấy. Nga chẳng biết nắng hay mưa mà trong chiêm bao, Nga thấy hai đứa che chung dù. Anh nghiêng ngực cho Nga tựa khi hai đứa leo lên con dốc cao vời vợi. Cao đến chao ơi, là nặng nhọc. Cao đến như không còn có thể ngước mắt trông lên. Cao đến tận cùng!

Vì vậy, anh biết không, nên khi thức giấc, hai bàn tay Nga đè trên ngực cũng như nặng ngàn cân. Nga đã mệt muốn ngất đi được. Tuy nhiên cái mệt nhọc nào rồi cũng qua đi, mà chỉ có cơn não nề ở lại làm trĩu lòng Nga. Không có anh, không có ai hỏi han Nga nằm mơ thấy gì, nỗi buồn tủi dâng tràn lên đến tức nghẹn thêm lần nữa.

Không có anh, Nga đã không biết kể với ai, không dám nói với ai về cái lâu đài đầy sương mù Nga nhìn thấy trong mơ hai đứa ỳ ạch leo dốc, là cái lâu đài Nga đi chơi với bạn mùa hè vừa rồi. Hôm ấy anh biết không, có rất nhiều người làm thơ, làm văn đã đi chung với nhau. Ngoài đời thật, khi leo lên nửa chừng con dốc, khi đứng nhìn những suối nước chảy róc rách bên sườn núi, mọi người kháo nhau, nên về làm thơ, viết truyện. Rồi mọi người nhốn nháo với nhau. Về tình yêu. Về cuộc sống. Về hạnh phúc. Về những điều, trong chốc lát bỗng như hoàn toàn xa lạ với Nga. Nga đã đứng dưới một cụm cây với những tàn lá lớn để tránh mưa, đứng riêng một mình, lòng nghĩ tới nghĩ lui đến anh, ao ước mãi, thèm khát mãi, phải chi có anh bên cạnh, phải chi trên vai Nga là vòng tay anh ấm áp, để Nga cũng có thể nói với anh, và với mọi người, về cuộc đời, về tình yêu, và cả về hạnh phúc từng có thật của chúng ta. Để ước mơ anh, trong một chuyến về nào đó, hai đứa tựa vai nhau lắc lư trên con tàu xuyên Việt từ Nam ra Bắc, để ước mơ Nga một sáng khi thức dậy đứng nhìn ra ngoài khoảnh vườn nhỏ đầy những đóa hoa hồng, với hơi thở anh nồng nàn trên cổ, không còn là những ước mơ suông, những giấc chiêm bao.

Nga đã quên không kể cho anh nghe, rằng hôm ấy ở ngoài đời thật khi đi chơi với bè bạn như vậy, trời cũng mưa lớn ghê gớm lắm anh à. Giữa mùa hè, giữa những cơn nắng quái, thiêu đốt được cả người, cả vật, bỗng dưng mưa đổ xuống như trút nước. Cơn thịnh nộ của Thủy Tinh lồng lên dữ dội, khiến mọi người phải chùn chân trong một mái hiên, ngẩn ngơ nhìn lên con dốc trơn láng, chỉ thỉnh thoảng một vài cỗ xe ngựa lóc cóc gõ nhịp ngang qua như cổ tích. Lâu đài của vị vua có cuộc tình vô cùng lãng mạn, đến cái chết cũng vô cùng lãng mạn của xứ sở này, nằm chót vót trên sườn núi cao, sương mây giăng ngang trắng mịn.

Mọi người râm ran đọc thơ cho nhau nghe. Nga cũng đã đọc thơ. Nhưng không dám đọc thơ anh, mà lại đọc một đoạn thơ Nga thuộc từ thời mười sáu, mười bảy, của Lê Vĩnh Ngọc. Mai anh đi chắc trời hết nắng. Hết nắng, lòng chịu ướt với mưa. Mưa đi, mưa trong lòng chắc vậy...

Mưa đi. Mưa trong lòng. Nga không cầu mưa giữa một nơi không có bàn tay anh che thời tiết, không có nụ hôn anh sưởi ấm cơn gió thổi phần phật qua vai Nga, nên hôm ấy mưa to, Nga chỉ chực khóc, mặc dầu không thể nào dám khóc. Bởi chắc chắn là mọi người sẽ tra hỏi nguyên do. Và Nga chắc chắn sẽ chẳng biết trả lời như thế nào. Thôi đành trống trơn hai đồng tử, khi mọi người lao xao kéo nhau ra bờ vực xem nước trắng xóa đổ xuống từ dòng thác nhỏ ven núi, khen khung cảnh nên thơ, hữu tình, mà dường như Nga chẳng nhìn thấy gì.

Hai bàn tay Nga, anh ạ, đã rét buốt như lần đứng giữa trời tuyết chờ anh năm xưa. Đôi ba người trong bọn bảo rằng đã làm nên thơ, đôi ba người khác lại bảo sẽ dệt nên truyện. Chỉ có Nga vô duyên, ý không về, tứ không về, mà nỗi ngậm ngùi không muốn, cứ tràn ứ lên xa xót.

Nên có phải vì vậy mà Nga đành chiêm bao, đành bắt anh đi chung, bắt anh leo con dốc đời không có thật trong mơ.

Khi thức giấc, Nga đã tự hỏi, chẳng lẽ phải bắt chước ông Du Tử Lê, đòi, "một chỗ đời em vẫn để, dành?"

Thằng cháu nói con chạy xuống nhà thờ nghe cô. Con ghé tạt ngang nhắn bạn vài điều. Nhà thờ nằm đâu đó bên Gò Vấp của anh. Khi thằng cháu bảo cô đứng ngoài, Nga đã đứng ngước mắt nhìn lên hình hài Chúa bị đóng đinh trên thánh giá, tự dưng bỗng hỏi thầm, có phải đây là cái nhà thờ ngày xưa anh đã tới, ngồi bên này, nhìn sang cô bé áo trắng thánh thiện, ngoan đạo nào đó, và về nhà làm thơ chăng anh.

Trời bớt mưa, thằng cháu từ nhà thờ ra, lại chở Nga đi lăng quăng thêm vài đoạn. Phố xá đã sáng sủa ra. Và thằng cháu, chắc hò hẹn được với bạn gái, phía đàng trước bỗng vang lên khe khẽ câu hát. *Trên tay em nụ hoa vẫn nở, phố xa, phố xa... ngỡ như thật gần. Câu yêu thương chìm trong nỗi nhớ...* Cái câu hát nghe gì mà buồn, dẫu giọng thằng cháu không thấy buồn. Nga nghiêng tai lắng nghe thêm. Đi *bên em chiều trên lối vắng, phố xa, phố xa... Mơ về một ngày có mưa* êm đềm... (*) Nga hỏi con hát bài gì. Bài mưa phi trường phải không con? Thằng cháu không biết trả lời câu gì. Nga nghe không rõ nên lại nói, mưa phi trường, thảm quá ha con, phi trường, bình thường vốn đã buồn, mưa, chắc não ruột. Thằng cháu với lại phía sau, trả lời trong tiếng cười trong veo, không phải mưa phi trường, mưa nhà ga gì đâu cô. Nga chồm lên. Ủa, vậy chớ mưa hồng hả? Dạ, cũng không. Vậy thì mưa gì, không lẽ mưa từ Gia Định mưa qua Gò Vấp, mưa từ trái tim cô mưa xuống âm phủ. Gì mà buồn dữ vậy cô, bài hát tên Phố Xa, con không nhớ của ai, chỉ nhớ Quang Linh hát...

Phố xa, phố xa, ngỡ như thật gần. Tự dưng Nga bỗng nghe lòng trĩu xuống. Nga nói khơi khơi. Không mưa phi trường, mưa nhà ga, cũng không mưa hồng, mưa tím, mà phố xa, phố gần đều làm lòng cô chết héo mất con. Thằng cháu chặc lưỡi, cô nói y như thất tình. Nga đáp cô thất tình thiệt. Thằng cháu không tin. Giỡn. Kệ, lâu lâu thất tình một ông, thì cũng đâu có sao!

Nga cười. Thằng cháu ngồi phía trước không thấy nụ cười của Nga. Anh ở chân trời, cũng không thấy nụ cười của Nga. Mưa bắt đầu chấm dứt. Cơn mưa hồng của Sài Gòn anh và Nga từng mơ ước đi với nhau qua nhiều nẻo phố, chỉ còn đọng lại giọt nước phất phơ trên mắt môi Nga.

Anh nghĩ, giọt nước này mang nỗi buồn hay vui hở anh?

(*) Phố Xa, nhạc và lời Lê Quốc Thắng.

Ở MỘT CHỖ CUỐI ĐỜI

Rừng phong thu đã nhuốm màu quan san
Nguyễn Du

Cái làng nhỏ. Lúc tôi đến đang độ cuối thu. Trời dường như luôn luôn xám tối trên những hàng cây khuynh diệp bạc màu. Khi hắn chở tôi từ phi trường về, những vệt nắng đỏ cam nằm ngang chân trời nhìn thấy được từ phía xa xa dưới thung lũng, không đủ tạo thành một bình minh tươi tắn như một dấu hiệu báo trước ngày của tôi sẽ không vui.

Nhưng tôi tin sao được mình sẽ phải chịu đựng sự ảm đạm ở chốn có mặt hắn.

Cách đó mấy hôm hắn hỏi tôi có thể chấp nhận được cái cô quạnh của đất trời ở một nơi hẻo lánh, xa phố thị hay không. Tôi nói để xem sao. Tôi không muốn nói, hắn đâu biết đã có những tháng ngày rất dài, tôi nằm trong một xó rừng heo hút, quạnh quẽ đếm thời gian trôi qua trong nỗi cùng khủng, bàng hoàng. Lúc ấy tôi vừa giã từ tuổi mười tám. Lúc gia đình tôi, cũng như rất nhiều gia đình miền nam khác, vừa giã từ đời sống nhàn nhã, thảnh thơi. Chúng tôi đã phải vào rừng, cho hợp thời, hợp cảnh. Hắn không biết, tôi đã vào ra giữa những vạt bắp, vạt cà, gậm nhấm nỗi đắng cay bị hất ra khỏi trường học, bị hất vào trong xó tối của cuộc đời ở vào cái độ tuổi tràn đầy sức sống, tràn đầy ước mơ, và hoài bão. Tôi không kể, vì tôi nghĩ hắn không thể tưởng tượng được những bóng đêm của đời sống thuở ấy kinh hoàng đến độ nào. Hắn có nói một lần qua điện thoại, rằng gia đình và những người em gái của hắn cũng phải trải qua những buồn thảm tương tự như vậy. Tôi không muốn hắn nghĩ tôi thê lương hóa cuộc đời. Đoạn trường ấy, hắn chưa từng qua.

Tôi trả lời với hắn tôi sẽ xem sao, bởi tôi không đoán được nơi hắn ở cô quạnh đến mức độ nào. Và tôi cũng không đoán ra được hắn sẽ cư xử với tôi ra sao. Thật lòng, tôi đâu biết gì nhiều về hắn. Bạn tôi hỏi tôi có muốn quen với hắn hai, ba năm về trước, giữa lúc tôi đang phân vân chưa biết có nên vất bỏ một mối tình hay không. Vì vậy tôi đã trả lời cũng cách ỡm ờ, để xem sao. Bạn tôi thuyết phục, không "gì", có thêm bạn cũng vui vậy. Thấy bạn tôi có lý, tôi trao đổi thư từ với hắn. Gọi điện thoại. Nhưng thật lòng mà nói, ngay từ hôm đó tôi đã suýt phát rồ vì cái giọng điệu của hắn qua điện thoại. Tôi nghĩ chắc đến chết tôi cũng sẽ không bao giờ quên kiểu cách hỏi chuyện như công an hỏi cung ấy. Tôi đã bàng hoàng đến mức độ sau khi chấm dứt cuộc điện đàm, tôi phải gọi ngay cho bạn, bảo hình như xa nhà lâu, con người ta hết nói chuyện hay ho với nhau được! Bạn tôi cười.

Quen hắn vậy. Rồi thôi. Trao đổi thêm vài ba cái thư. Vài tháng sau thì phải, tôi nghe hắn nói sắp lấy vợ. Lúc ấy tôi vẫn chưa chia tay được với mối tình của mình, chỉ vì đơn giản ở xa, có hay không có một người cũng chẳng hề hấn, ảnh hưởng gì mấy đến cuộc sống riêng tư của tôi. Hằng ngày muốn hay không, có một người gọi là người yêu nhưng không gần trong gang tấc, tôi vẫn phải hai buổi đi về giữa thời tiết trái khuấy, con người trái khuấy, ngôn ngữ trái khuấy. Tôi vẫn phải bôn ba chống đỡ với buồn vui chung quanh. Và vẫn tự do được làm bất cứ chuyện gì mà không bị hạch hỏi, hay thắc mắc... Quen, không "gì", mà cũng chẳng bạn, nhưng sau đó tôi và hắn không hiểu sao thỉnh thoảng vẫn viết cho nhau vài ba chữ. Thăm hỏi. Lúc hắn sắp cưới vợ, giọng thư hắn có vẻ vui vẻ, hân hoan gấp nhiều lần hơn. Tôi nói với bạn, tôi mừng cho hắn. Và hơi ngạc nhiên tự hỏi, ở độ tuổi hắn, không biết hắn lấy đâu ra năng lực để yêu đương đã đành, mà còn định đi thêm một bước ràng buộc. Hắn khoe với tôi, không chừng anh sẽ nuôi con mọn. Tôi và bạn tôi cười với nhau, ba đứa con vẫn còn rất thơ, chưa đủ để hắn sợ thì hắn đáng được gắn huân chương anh hùng.

Tưởng như vậy, tôi với hắn sẽ không bao giờ có dịp gặp nhau, dẫu tôi vẫn nghĩ tôi sẽ trở về nơi này, phần đất phía nam cực. Tôi vốn vừa sợ cái trò quen nhau qua vi thư, điện thoại, và gặp nhau để vỡ mộng, vừa thấy cũng chẳng có lý do gì để tôi và hắn gặp nhau. Tôi nhớ hình như tôi có kể cho hắn nghe, tôi từng yêu một người chưa hề gặp, từng hớn hở xách valise vượt mười ngàn cây số để sau đó không chỉ vỡ mộng mà còn muốn vỡ cả mặt vì tức giận. Tôi đã ốm một trận liệt giường sau khi tôi gặp người ấy- cái con người làm cho tôi những bài thơ, những đoản văn thật nồng nàn. Tôi cũng làm thơ, nhưng tôi cay đắng, "tôi nằm với vạn lời thề... Chết, tôi một cõi, không về cõi ai".

Ba mươi mấy tuổi, tôi u mê. Và vì tôi yêu thật, nên tôi bươn bả đi tìm nguồn hạnh phúc. Không có, tôi đớn đau. Nhiều năm sau vẫn đớn đau, nhưng những lúc nghĩ lại, tôi vui hơn buồn vì biết có những đoạn đời tôi từng dám sống cho chính mình.

Tôi không nghĩ năm mươi tuổi, không yêu, không mơ và không chờ đợi, tôi vẫn u mê. Vẫn chưa nhận ra rằng chẳng có có dại nào giống cái dại nào. Và chẳng có bài học đời nào không được trả bằng nước mắt và đớn đau.

Tôi khăn gói đi thăm hắn theo lời hắn mời. Trong hai ba cái vi thư, hắn nói hắn sắp đi xa, chỉ có khoảng thời gian ngắn để gặp tôi. Tôi hẹn lại sang cuối đông. Hắn bảo tùy tôi, nhưng sau nhiều đêm nói chuyện đằm thắm, tôi bỗng quên mất cái cách "hỏi cung" của hắn mấy năm trước. Tôi vui vẻ nhận vé máy bay hắn mua cho tôi và rời thành phố vào một buổi sớm tinh mơ. Tôi nói đùa với người bạn tôi đang ở trọ, cũng có khi tôi ở lại luôn không về. Bạn tôi cười, bảo đúng, vì cảnh phố xá thị thành đâu có hợp với con người của chị.

Cảnh phố xá thị thành, chen chúc quán hàng, người và xe như cá hộp tôi bỏ lại sau lưng sau mười mấy năm bắt buộc phải sống để nuôi con, tôi đang chờ đợi ngày hưu trí ở một tiểu bang rất nhỏ miền trung Hoa Kỳ. Tôi vừa ở đó ba tháng. Vui với rừng núi bạt ngàn và đồi dốc thênh thang. Vui với cả cái vắng vẻ u tịch không tiếng người, không tiếng còi xe nơi ấy.

Nên vì vậy, cái làng nhỏ hắn sống, mang máng giống như những ngôi làng Âu châu tôi từng qua, không đủ quạnh hiu để làm tôi sợ. Cảnh chiều chiều ngồi ngắm đàn chim bay về núi, nghe tiếng quạ kêu trong sương mù, hay những đêm một mình với lào xào gió rít, tôi đã từng trải qua nhiều năm. Có người đã hỏi tôi tại sao tôi không tự tử vào những thời điểm ấy.

Cái làng nhỏ buồn, buồn đến cách mấy đi chăng nữa, hắn cũng không thể nào giết nổi được tôi. Cả thời gian nhàm chán cũng không làm tôi khổ sở. Tôi kể cho hắn nghe tôi đã đi ra đi vào, đi tới đi lui không làm gì trong nhiều tháng liền. Hắn không biết ngày xưa tôi gần như bị nhốt trong một căn nhà ven chân núi, ngày ngày không hề nghe một tiếng chân người, tiếng động cơ xe. Cái ngày, tôi còn không biết nói cái thứ tiếng thiên hạ đang xử dụng chung quanh mình. Ngày tôi còn không có được vài xu lẻ để gửi một cái thư về cố quốc.

Vậy đó mà tôi vẫn sống. Vẫn còn làm thơ được. Vẫn còn hiện hữu cho đến ngày hôm nay. Nên huống gì ở đây, tôi đi bộ một mạch từ nhà ra đến trung tâm làng không hề lạc. Tôi còn bán mua. Uống cà phê. dạo cảnh. Còn biết cả những tên đường hắn không để ý dẫu ở đây đã nhiều năm.

Hôm tôi mới đến, hắn nói với tôi, nhà thờ của em đây, khi chỉ cho tôi thấy ngôi nhà thờ Presbytrian cổ, nằm ngay ngã tư. Hắn chắc không nghĩ ra ngày hôm sau tôi đã ra đến đấy, định rẽ vào xem lễ một mình nhưng giờ thờ phượng đã chấm dứt. Lần nữa, tôi không muốn nói với hắn, tôi có thể chịu đựng bất cứ nỗi buồn bã, vàng vọt nào có thể xảy ra trong đời sống mình.

Tôi chỉ chịu không nổi hắn.

Tôi lặn lội đi thăm hắn. Với tất cả những tình cảm nồng nàn nhất có thể dành cho một con người. Hắn gụi gần. Thân thiết. Và dễ yêu qua cách giới thiệu con cái mình với tôi. Qua những bộc bạch, những thố lộ chân tình. Cái biên giới giữa hắn và tôi chừng như không còn khi hắn kể và nói cho tôi nghe về những ray rứt, lẫn xót xa trong cuộc đời của hắn.

Tôi cứ nghĩ đó là sự đồng cảm. Tôi những tưởng, là tương ứng. Khi hắn nói với tôi, hắn cần thư giãn, là lúc hắn đang chúi mũi đọc một bài báo nhức đầu. Hắn đã đưa cho tôi xem một bài báo chính trị. Chính trị của cái xứ mà dễ chừng đến năm, mười năm nữa tôi mới có thể tới để định cư. Tôi đọc xong, trả lại cho hắn. Thấy như mình vừa nuốt xong bát cơm có thóc. Tôi nói thật tôi không hiểu nhiều về tình hình chính trị nước ấy. Hắn có vẻ bực vì vừa làm theo lời yêu cầu của tôi, giới thiệu cho tôi những gì hắn đang đọc, nhưng tôi chẳng cảm nhận ra điều gì cả.

Mà điều tôi không cảm nhận được, là do trời sinh tôi ra để làm văn chương chứ không làm báo như hắn, chứ có phải lỗi tại tôi đâu! Hắn bực, tôi càng bực hơn. Tôi lườm hắn từ phía sau lưng, hỏi hắn đã mời tôi lên đây để làm gì. Hắn nói vacation. Tôi đáp tôi đang thất nghiệp, ở dưới kia cũng coi như tôi đang vacation. Hắn nói hắn nghĩ khung cảnh nơi đây làm tôi viết lách dễ hơn nên hắn mời tôi đi.

Đã đành tôi yêu văn chương, tôi nợ nần văn chương, nhưng tôi cũng từng viết trong những khung cảnh ồn ào, bát nháo và hỗn loạn chung quanh. Tôi có thể viết trên toa xe lửa, lúc ngồi chờ máy bay, chờ khách đến hàng ăn. Và thậm chí viết cả trong toilet nếu cần phải ghi ra một ý tưởng nào đó thoáng hiện trong đầu. Tôi viết văn tiếng Việt, không hề nhận đồng nhuận bút nào. Tôi tưởng hắn biết cuộc đời đâu có dành cho văn nghệ sĩ Việt Nam ở hải ngoại những căn phòng, những bàn viết, những cảnh trí và thù lao tối thiểu khả dĩ có thể ngồi không để làm chuyện văn chương.

Tôi nói đi thăm hắn vì thấy hắn ấm áp. Hắn nói hắn vẫn như thế này từ xưa. Hắn nói thêm, anh đã bảo em nên đem theo sách vở, tài liệu viết lách và gì gì đó cần thiết để làm việc của mình. Tôi nghĩ, giá mà tôi đủ can đảm thêm một chút nữa, chắc tôi đã giết hắn rồi. Hằng ngày hắn đi làm, tôi đã tự biết cách để làm thì giờ không rỗng, bởi tôi đâu phải là kẻ chỉ ngồi chờ người khác đem niềm vui đến cho mình. Hai mươi bốn tiếng đồng hồ của đất trời, tôi đâu cần hắn phải dành cho tôi một nửa, hay thậm chí một phần tư, một phần tám. Tôi chỉ cần năm, mười phút của một hắn như tôi đã từng nhìn thấy.

Tôi giận hắn tràn hông. Tôi muốn gào lên với hắn, rằng trước khi tôi có mặt ở nhà hắn, hắn chỉ nói với tôi, "ban ngày anh đi làm...". Ban ngày hắn đi làm, tôi vui vẻ đi tới đi lui, đi qua đi về. Hắn giao nhà hắn cho tôi cách tin tưởng. Tôi muốn làm gì trong cái chốn trú ẩn của hắn cũng được. Miễn đồ đạc nào lấy ra, phải để đúng lại vị trí cũ để hắn khỏi mất công đi tìm sau này. Có vài trục trặc nhỏ, nhưng tôi chỉnh đốn được ngay.

Cái hằng ngày, ban ngày, tôi phải thề là tôi không hề có điều gì để than vãn. Nhưng trời đất ạ, qua cái ban ngày ấy, khi ló mặt về đến nhà, tôi là khách, mà hắn cũng coi như không hề có mặt tôi trên cõi đời này. Sau câu hỏi, em ngày này thế nào, là hắn bắt đầu như quên mất tôi. Hắn tới lui làm việc. Ăn uống. Rồi ngồi vào bàn viết. Bỏ mặc tôi chầu rìa phía sau lưng. Thật lòng không ai có thể tưởng tượng nổi tôi có mặt ở nhà hắn chỉ để... coi tivi. Chỗ tôi ở, TV còn to lớn và nhiều đài gấp mấy lần so với nhà hắn. Còn có cả karaoke nếu như tôi muốn cái trò vớ vẩn ấy.

Hắn điên. Tôi phone về cho bạn tôi, nói vậy. Bạn tôi bảo hắn nhiều việc quá. Hắn ôm đồm hằng trăm thứ việc. Công việc ở sở trong tư cách tổng giám đốc chưa đủ làm hắn xanh mặt, một nách ba con, mỗi tuần hắn tha về nhà chăm sóc. Từ đứa lớn đến đứa bé, từ chuyện nhỏ đến chuyện to. Nhắc đứa này học bài, đứa kia đọc sách, đứa nọ tắm rửa. Hắn còn nấu nướng mỗi tuần. Mỗi ngày. Tôi thật sự chóng mặt khi thấy hắn đi qua đi về giữa những bận bịu. Và càng chóng mặt nhức đầu hơn khi tôi đòi phụ hắn rửa cái bát, thái miếng rau thì hắn lại không cho.

Trong đời tôi, tôi từng gặp nhiều người đàn ông quái đản, nhưng chắc có lẽ hắn là người quái đản hơn hết thì phải. Bạn tôi bảo đừng cau có với anh ấy. Tôi la làng tôi có muốn làm vợ hiền hay người yêu bé bỏng của hắn gì cho cam. Cũng không muốn chứng tỏ tôi đảm đang phụ nữ. Và cũng chẳng yêu cần hắn làm điều gì đặc biệt cho mình.

Tôi chỉ muốn hắn lột bỏ bộ mặt trơ trơ như nước đá một cách cố ý ấy xuống. Tôi nói với bạn, giá mà tôi dám đánh nhau với hắn, tôi sẽ làm ngay. Bạn tôi bật cười.

Hắn, cái người đàn ông mà tôi định bụng trước ngày giã từ, tôi sẽ quát lên rằng tôi thù ghét cái thái độ, căm giận cái hành vi cư xử của hắn như chưa bao giờ thù ghét ai đến độ ấy. Một buổi chiều -sau một đêm bỏ tôi đi biền biệt không hề nói mình sẽ ở lại văn phòng làm tôi sốt vó không cách gì chợp mắt- hắn lóc nhóc dẫn con cái về nhà. Mặt hắn rỡ ràng hẳn lên trong tiếng lao xao chộn rộn của bầy con nít. Hắn cười với tôi, khỏe không em. Tôi đáp khỏe. Tôi không muốn đưa bộ mặt thảm sầu của mình ra trước đám nhóc, nên tôi theo hắn lên nhà. Bắt chuyện với con hắn. Và xem con hắn chơi game.

Tôi nghĩ bụng nếu như tôi không tìm thấy chút... tình người ở những khuôn mặt rất ngây thơ và dễ thương này, chắc có lẽ về đến nhà, tôi sẽ vào nhà thương điên ngay. Tôi ngồi im thu chân lên ghế, nghe con hắn chuyện trò đối đáp với nhau. Những câu chuyện ngây ngô, những cãi cọ hết sức trẻ con nhưng làm tôi vui. Tôi chăm chú quan sát từng đứa. Thử đoán tính tình, sở thích của từng đứa. Lòng tôi nhẹ nhàng hẳn ra.

Tôi đã ngồi im, lắng nghe. Và vui theo đám nhóc. Nhưng một lát, chạnh lòng, tôi bỗng sực nhớ đến thời kỳ chồng tôi mới vừa bỏ nhà, lủi thủi chỉ hai mẹ con với nhau. Tim tôi nhói lên xót xa. Nghĩ ngồi lâu chắc tôi ứa nước mắt ra mất nên tôi đứng dậy. Lúc ra đến phòng ăn, thấy hắn, tôi chớp mắt quay đi.

Ngày hôm sau tôi lại bình tĩnh xuống làng. Mua sắm. Chợ búa. Khi ra về, tôi không chọn con đường nhiều cây sồi và phong lá đỏ mà tôi rất thích nữa, nhưng ngang qua đường dẫn về trường học. Từ đó. Lên nhà hắn, dốc cao.

Tôi tản bộ dưới những hàng cây vàng võ lá. Nghĩ đời con người ở độ tuổi của mình chừng cũng sắp sửa võ vàng. Tôi đã xong những bổn phận với con cái mình. Đã không còn những chiều, những đêm thấp thỏm đợi con về. Không còn những lắng lo kinh hãi khi con đang đứng trước tuổi thành niên đầy dẫy cám dỗ. Không còn phải phập phồng sợ hãi đường đi chông gai con khờ dại không thể chống chõi đến cùng. Cũng không còn cả nỗi sợ bất ngờ mình ngã bịnh hay qua đời giữa lúc con chưa đủ kinh nghiệm để tự nuôi lấy bản thân.

Dốc cao, tôi nghĩ đến con đường đời cao chất ngất mỗi con người phải dấn bước. Bất chợt tôi nghĩ đến hắn. Nghĩ đến những tháng năm trước mặt còn dài thênh thang của hắn, và nghĩ đến cái hạnh phúc của chính mình đã được cùng đi với con qua các nẻo khốn khó nhất của con.

Khe khẽ trong tôi nỗi lao chao hiện ra. Đoạn trường ai có qua cầu... Tôi bùi ngùi bước. Không để ý trước mặt tôi có đứa bé đứng chờ. Vẫy tay. Đến khi nghe tiếng gọi tên mình, nhìn thấy cái bóng dáng bé bỏng, mái tóc vờn bay trong gió chiều dưới hàng cây, tôi cảm động. Nước mắt tôi chảy ra. Ngày rời Âu châu, tôi từng cám ơn những đứa bé tôi chăm sóc trong nhà thờ đã cho tôi cái cảm giác được làm mẹ lần nữa khi con tôi không còn ở cạnh mình.

Tôi hớn hở vẫy tay lại và chạy lên con dốc. Dốc cao. Lá đổ. Rừng phong thu đã nhuốm màu quan san. Tôi nhớ đến câu thơ. Nhớ mái tóc lấm chấm những sợi bạc của hắn. Rồi tôi nhớ đến giọng cười ngọt ngào của hắn lúc hắn chơi đùa với con. Nhớ tới ước mơ một thời của mình về một mái ấm, nhớ hắn từng buồn bã hỏi không hiểu sao hắn không thể được hưởng những thứ hạnh phúc bình thường như vậy.

Và tôi cũng nhớ hắn từng cười với mình bằng một giọng cười rất dễ thương như thế trong điện thoại...

Gió se lạnh trên bàn tay tôi khi tôi cầm tay con hắn. Lòng bàn tay con bé ấm như có sưởi. Tôi lặng người tự hỏi, không biết khi đưa tôi ra phi trường, tôi có dám nói là tôi ghét hắn, hay sẽ bảo thỉnh thoảng nhớ liên lạc với mình.

MÙA XUÂN TRƯỚC NGÕ

Tôi hỏi lòng tôi buồn hay lòng tôi vui...

Căn nhà nằm ngay ngã ba. Đi thêm một đoạn, chuyển sang thành hình cong như chữ S. Tôi nói với chàng, khúc thắt lưng ong của chữ S ấy, giống hệt như vị trí thành phố hai đứa từng ra đời và lớn lên. Căn nhà nằm ngoài chữ S, như vậy là nằm ngoài đất nước, nằm nơi đây, nơi có chàng. Chàng khẽ cười, như không biết trả lời sao về những điều tưởng tượng kỳ quặc của tôi.

Mẹ chàng hỏi tôi hàng cây trước nhà có tên gọi là gì. Tôi không kịp nhớ ra tên cây cọ và cây chà là, nên trả lời có lẽ là cây thiên tuế. Cây thiên tuế "của" tôi, trồng cạnh bên một chậu ngâu uốn hình tầng đặt sát lối vào nhà với những chiếc lá lớn nhiều gai, nhọn như lá dừa, tán rộng, che được cả khoảng sân. Buổi chiều tôi và mẹ chàng ra ngồi bên thềm, dưới những bóng cây lao xao nắng ấy. Bà chỉ cho tôi thấy các đóa hoa màu đỏ rực, nhỏ li ti nằm ẩn mình dưới một bụi cây chi chít lá, bảo bà chưa hề thấy loại hoa như vậy ở quê nhà.

Ở quê nhà. Ở quê người. Ở phía sau lưng nhà chàng, bầy chim sẻ thường bay về ríu rít trên những nhành chanh sai quả xanh mượt lá. Lao xao vườn nhà bên, hương bưởi hương cam thoang thoảng đưa vào những buổi sáng tôi xuống nhà sớm, tựa cửa đứng nhìn ra ngoài. Góc cuối vườn, mẹ chàng trồng bụi mía, mấy gốc sả, dăm cây ớt, mớ rau thơm và đôi vạt cà. Nắng ở đây hôm nào lên cũng ngọt. Cũng trong vắt. Vàng óng ả như áo lụa tôi xưa. Tôi nói với chàng nắng xuân, nhưng màu nắng trong suốt ấy bỗng khiến tôi nhớ vô cùng những trưa hè bầy con gái chúng tôi guốc gỗ xôn xao xuống phố. Và lá sả lá chanh làm tôi nhớ thêm mùi bồ kết, thèm được xông tóc bằng các thứ hương ấy như ngày xưa.

Căn nhà, từ chỗ tôi ngồi, nhìn ra phía trước, bên kia đường là những mái ngói đỏ nâu, đêm đêm ánh đèn vàng hắt ra từ các khung cửa sổ đối diện xa xa, gợi nhắc cái hạnh phúc ấm êm mà con người vẫn mỏi mê đi tìm. Buổi trưa, buổi chiều thỉnh thoảng dăm đôi chim nhỏ không hiểu từ đâu bay sà xuống, hân hoan nhảy nhót trên bờ cỏ mượt mà ven đường. Ngày, luôn hiền hòa như một câu tình ca. Đêm, luôn thanh bình như một tiếng thở dịu dàng.

Tôi yêu nơi chàng đang cư ngụ, bởi đêm, ở những nơi tôi từng sống trong nhiều năm qua, cũng tĩnh lặng, an lành, và bình yên tương tự như vậy. Cũng vẫn bên ngoài, dăm ba tiếng động không quá lớn. Không quá lao xao. Không quá chộn rộn. Và bên trong, cũng chỉ tôi, về qua giữa những ghế bàn, đồ đạc và sách vở.

Một chốn, mà bạn tôi vẫn đùa chỉ còn thiếu một đạo sư...

Một nơi chốn yên ắng, một không gian lặng lẽ, tưởng không gì có thể làm được lòng tôi xôn xao. Vì vậy hôm chàng gọi cho tôi từ bên kia đại tây dương, với câu hỏi, hay là em sang ở với anh, đêm quanh tôi bỗng như không còn tĩnh mịch. Bầu trời bỗng như bừng lên những cơn dông.

Tôi nghĩ chắc chàng không hay tôi đã ngẩn người, cầm thật chặt ống nghe trên tay hệt người đang chênh vênh trên bờ vực, cố dang tay níu lấy một tảng đá, nhánh cây nào đó để khỏi rơi xuống đất. Chàng chắc không biết tôi đã ngồi im rất lâu, gần như bất động, mắt mở lớn nhìn về phía bóng tối lập lòe những đốm lửa nhỏ từ các ngọn nến trên bàn viết tôi vừa thắp lên ban nãy như vẫn thường làm mỗi khi nghe tiếng chàng bên kia đầu giây gọi sang mà không hiểu mình đang làm gì. Đêm chìm sâu bên ngoài, nhưng đêm quanh tôi trở giấc. Cơ thể tôi rẩy run như người trong cơn sốt rét ác tính. Những ý nghĩ hỗn độn, chồng chéo, đầy mâu thuẫn và hoàn toàn không kết nối với nhau thoáng ẩn thoáng hiện trong trí tôi khiến tôi mất thăng bằng.

Đêm sâu hun hút. Đêm mịt mùng, và đêm bao lao. Tôi bé bỏng, nhỏ nhoi, lọt thỏm giữa khoảng bóng tối dày đặc. Đầu óc tôi hỗn độn, chồng chéo muôn vàn ý nghĩ mâu thuẫn hệt như mùi trầm hương và mùi gỗ thông không thể kết hợp lại với nhau, đang phảng phất bay ra từ những ngọn nến, trong căn phòng nhỏ của tôi.

Thật lâu. Rất lâu. Đến nhiều phút sau đó, nhưng tôi vẫn chưa biết trả lời sao với chàng. Lòng tôi bối rối, ngổn ngang. Mãi sau cùng tôi mới khẽ nói, cho em vài ngày.

Vài ngày. Vài ngày, phải chăng với người, là suy nghĩ. Là đắn đo. Là toan tính. Hay là gì, tôi không rõ nữa. Còn với tôi, là cả một trời băn khoăn. Lo lắng. Và là, cả sợ hãi.

Khi chàng chúc tôi ngủ ngon và cúp máy, tôi vào giường nằm gần như bất động. Hai bàn tay úp lặng trên ngực, hai mắt vẫn mở thật lớn, nhưng lần này tôi nhìn lên bức tường trắng trước mặt. Ở khoảng ấy, phía cuối giường, tôi treo tấm hình chàng và tôi những ngày duỗi rong bên nhau. Tôi vẫn thường nhìn ngắm vòng tay chàng thân yêu ôm quanh tôi như muốn bao bọc, ấp ôm tôi khỏi những sóng gió của cuộc đời vớI tất cả những trìu mến nhất dành cho chàng. Lần này, vẫn cái nhìn ấy, tâm tư ấy, nhưng tôi cố lắng nghe sâu hơn, từng tiếng thở, từng nhịp tim mình đang đập. Tôi cũng lắng nghe cả những tiếng động đâu đó ở bên ngoài. Tự nhắc tới nhắc lui với chính mình, rằng tôi đang sống, đang thở, và đang yêu.

Rằng trước mặt tôi, bên kia bờ Đại Tây Dương, là chàng. Là chàng, với chàng, một cuộc đời, một cuộc sống hoàn toàn khác với những gì tôi trải qua hằng ngày, đang chờ đợi tôi nhập cuộc.

Tôi cố giữ lòng bình tĩnh không nghĩ ngợi đến những điều cay nghiệt vẫn thường xảy ra với mình. Tôi cố tránh luôn cả câu hỏi, những thứ hạnh phúc tầm thường, những niềm vui nho nhỏ vốn vẫn không hay dễ dàng đến cùng tôi xưa nay, thì lần này, lần này cuộc đời rồi có dành những tiếng cười rạng rỡ cho mình hay chăng?

Đêm trong đời tôi, chừng như bao giờ cũng dài hun hút. Bóng tối bao giờ cũng như dày đặc đến không cùng bủa vây quanh tôi. Công việc hằng ngày bắt buộc từ chỗ làm về đến nhà, tôi luôn luôn phải chọn những chuyến tàu nửa khuya hoặc quá nửa khuya. Những chuyến tàu xuyên qua các tầng hầm nằm thật sâu trong lòng đất, nhìn ra ngoài cửa sổ chỉ thấy loang loáng những ánh điện nhỏ dẫn đường ở hai bên, hoặc vài ba signal báo hiệu tàu sắp sửa ngừng lại ở trạm kế tiếp. Đêm, khi bước hụt bước hẫng lên những bậc thang cao chất ngất rời khỏi nhà ga, băng qua đôi con đường thiếu vắng khách bộ hành, về được đến nhà, có khi thì giờ còn lại từ đấy cho đến lúc mặt trời lên chỉ vài ba cái chớp mắt. Chỉ vậy. Vậy mà chừng như chưa bao giờ tôi có thể dỗ cho giấc mình không mộng mị. Chỉ vậy mà chưa bao giờ tôi không phải trở trăn, xao xác chờ đêm qua. Gần như chẳng bao giờ tôi để lòng bận bịu đến những nhỏ nhoi vụn vặt, những tiểu tiết trong đời sống hằng ngày vốn rất dễ làm người ta mất an bình, nhưng bao nhiêu muộn phiền vẫn về, sầu vẫn đong đầy cách tội nghiệp trong tôi.

Đêm ngút sâu thật buồn. Tôi đã nằm với những trở trăn. Tôi đã nằm cố chờ trời sáng. Nhưng mãi, rồi tôi phải trở dậy vào phòng ăn, đi tới đi lui giữa căn phòng lành lạnh hơi đêm. Căn phòng bình thường vốn đã rộng cho một người, chừng như càng thêm rộng, càng thêm lớn. Hai vai tôi đã rẩy run. Tôi bó gối, thu người ngồi xuống một góc bàn, thắp thêm vài ngọn nến, nhìn những đốm lửa nhỏ chập chờn soi rọi khoảng tối đàng trước mặt. Lệ tôi, không hiểu sao lại trào dâng lên, và cứ muốn ứa ra khỏi mi mắt. Đêm mênh mông ngoài cửa sổ. Tôi ngước nhìn quanh những chỗ chàng từng có mặt. Năm ngoái, năm kia, sinh nhật tôi, nơi đây chàng uống với tôi cốc rượu. Cuối tường kia, chàng tựa lưng nhìn tôi sửa soạn thức ăn chiều. Khung cửa sổ nghiêng nghiêng bên ấy, chàng dứng ngắm nhìn xuống đường hằng giờ, rồi làm cho tôi những câu thơ lãng mạn...

Nơi đây, nơi kia, có tôi, có chàng. Nơi đây, nơi kia, ngày đã vui, đêm đã hoan ca. Nơi đây, nơi kia, đời sống thực tế, đời sống lãng mạn, chàng và tôi có nhau. Nơi đây, nơi kia, chàng từng bảo chàng cảm thấy hạnh phúc như chưa từng. Và cũng nơi đây, nơi kia, tôi cảm nhận ra được từng niềm vui chan chứa về trong căn nhà của mình.

Tôi đã hỏi lòng mình rất nhiều lần, tôi yêu chàng đến đâu, yêu cuộc sống chàng đến đâu...

Căn nhà, phía trước có giậu hoa giấy. Không biết có phải vì mùa này cây chưa đơm hoa, lá chưa mướt xanh, hay tại cây chưa kịp lớn, chưa kịp phủ ngập giàn để những vạt nắng hanh vàng sáng chiều không đổ xuống trên lối đi. Căn nhà màu trắng. Trên hàng hiên, băng ghế gỗ cũng sơn màu trắng đục. Chàng nói với tôi, chàng thích vạt cỏ trước sân nhà. Tôi nghĩ có lẽ sự tương phản hài hòa giữa những lá dừa kiểng, cùng giàn hoa giấy chưa đơm nụ làm gợi lên trong lòng chàng sự thanh bình, êm ả như những tháng ngày xưa cũ ở thành phố chúng tôi từng lớn lên.

Nhiều hôm tôi thẩn thơ ra trước hàng hiên đứng nhìn đất trời nơi chàng cư ngụ, rồi đi dọc theo con đường cong chữ S, nhìn ngó mãi những mái ấm nhà người ở hai bên đường. Có lúc tôi thấy như mình đang thật sự sống giữa nơi này. Nhưng cũng lắm khi tôi cơ hồ nhận ra đời đang khép lại, dậm chân nguyên một chỗ trước mặt mình. Cái cảm giác tôi chỉ là một người ngoại cuộc, chỉ được đứng phía bên ngoài nhìn vào cuộc đời và sẽ không bao giờ được hòa nhập làm tôi hoang mang.

Nhưng nói cho cùng, dường như tôi không rõ lòng mình. Cũng không hiểu được lòng chàng.

Bên tai tôi, thỉnh thoảng cứ vang lên giọng nói khá thảng thốt, câu hỏi khá bàng hoàng của chàng. Em có nhìn thấy chiếc nhẫn của anh đâu không. Chiếc nhẫn. Một vòng khuyên nho nhỏ. Nho nhỏ thôi. Giá trị chắc có lẽ không nhiều so với những vòng, những nhẫn, những kim cương được trưng bày trong tủ kính ngoài phố.

Nhưng chàng thảng thốt, chỉ vì đó là kỷ vật, kỷ niệm của chàng. Và chàng thảng thốt, còn tôi thì xác xao đau. Tôi không nhớ hôm nghe câu hỏi ấy, tôi đã phản ứng như thế nào với chàng. Tôi chỉ nhớ tôi đã đứng một mình trong bóng đêm, nhìn ra ngoài trời đầy sao. Tháng bảy bên trời tôi có những đêm rất sáng, có thể nhìn thấy từng ánh sao nhấp nháy trong bóng đêm. Tôi đã đứng im, mắt cay như xát muối. Và tôi tự nhủ lòng, ai cũng có muôn vàn kỷ niệm, ai cũng có những kỷ vật đi theo bên mình...

Tôi nhủ lòng như thế. Nhưng cái ngắc ngứ, nho nhỏ, nhỏ thôi, vậy mà không hiểu sao đã dừng lại với tôi rất lâu. Đi theo tôi rất lâu.

Tôi buồn. Có thể bởi vì tôi đã cố tìm mãi nhưng chưa có câu trả lời, rằng tại sao chàng có thể mang theo kỷ vật ấy với chàng trong lần gặp gỡ đầu tiên, rồi cả trong những lần sau đó?

Căn nhà, có khung cửa sổ bên phải bàn viết chàng, nơi tôi mỗi buổi chiều ngồi chờ nghe tiếng động cơ xe, tiếng mở cửa, tiếng chân chàng trở về. Mặt trời thường xuống thật thấp, ráng chiều ưng ửng cam sau những hàng thông phía xa xa chỉ đủ soi rọi một khoảng không gian nho nhỏ. Một chỗ ngồi, thật yên tĩnh, thật hiền hòa. dễ thương. Một chỗ, tầm nhìn không vượt hơn vài ngọn lá, hồng đôi cánh hoa, thỉnh thoảng lắm mới có dăm tiếng xe lướt bên ngoài, mới vang lên tiếng chim chiều, hay tiếng chân mẹ chàng khe khẽ khua lên đâu đó. Một chỗ để chàng có thể ngắm nhìn và làm thơ.

Căn nhà, ngày rất tươi vui. Đêm rất yên bình. Nhưng vẫn tôi, không thấy sự khác biệt giữa ngày và đêm. Vẫn tôi những khuya nằm mở mắt nhìn quẩn quanh lên trần nhà, lên bàn viết chàng. Vẫn tôi khó nhọc một giấc ngủ không chiêm bao. Và vẫn tôi, với cái thói quen muốn trở dậy ra ngoài, muốn đốt lên một ngọn nến, rót một ly rượu, rồi chong mắt nhìn vào bóng tối..

Tôi đã cố cho mình dị kỳ. Cố nghĩ rằng mình có quá nhiều nhạy cảm. Tôi cũng tự nhắc nhở rằng chàng đang hiện diện thật gần, rất gần. Chỉ cần xoay người, là có thể úp mặt vào ngực chàng ấm áp. Chỉ cần trở mình, là có thể gối đầu lên cánh tay chàng, nghe được tiếng thở đều đặn, nhìn thấy gương mặt hiền hòa, ngửi được mùi mồ hôi thân quen của chàng.

Tôi nhắc tôi nhiều lần. Nhưng dường như những cơn mộng mị vẫn không buông tha tôi. Nỗi đơn côi vẫn níu được tôi xuống. Xuống đến tận cùng.

Mùa xuân qua thật lạ trong đời tôi. Đêm trước giao thừa, chàng nói, có tôi, nên bỗng dưng chàng thấy ở nơi đây có Tết. Có tôi, nên chàng nhìn ra được không khí mùa xuân đang về, nao nức quanh chàng.

Tôi trả lời chàng, có chàng, lần đầu tiên trong đời xa xứ, tôi cũng nhìn thấy sự hiện diện của đất trời, của nguyên đán, của tân xuân.

Rất nhiều lần tôi đã muốn nói với chàng, tình yêu có thể thay đổi được đất trời. Và tôi đang yêu chàng biết bao nhiêu. Nhưng mãi, tôi vẫn không cách gì, không thể nào nói ra được điều ấy với chàng.

Tôi không biết có phải tôi đã không đủ can đảm để tin tưởng cuộc đời sẽ chấm dứt những muộn phiền dành cho tôi. Hay tôi sợ những nhỏ nhặt, những ngắc ngứ trong đời sống sẽ làm vỡ tan những điều tôi đang có trong tầm tay.

Buồn vỡ ra trong tôi. Tôi lao xao nghĩ về một chốn tôi sẽ đặt chân đến. Một chốn, thật ra là nơi tôi đã bỏ đi rất xa. Rất lâu. Những tưởng sẽ không bao giờ quay trở lại.

Nơi ấy, tháng sáu luôn luôn là mùa xuân. Là nơi lá hoa sẽ kết nụ đơm cành nhưng là nơi những mùa xuân không bao giờ có Tết. Là nơi hiện tại đất trời đang có những chiều mưa rất lớn, cùng những cơn gió rít thật buồn.

Nơi ấy, tôi biết chắc rằng tôi sẽ một mình. Biết chắc rồi sẽ có những đêm tôi nằm hoài không ngủ, sẽ trở giấc ra ngoài đốt lên những ngọn nến hắt hiu, sẽ tự rót cho mình những ly rượu buồn thảm.

Và là nơi, cách xa thêm chàng vài ngàn dặm.

Tôi nói với chàng, giữ giùm tôi với, mùa xuân trước ngõ nhà chàng. Giữ giùm tôi với, đất trời nơi chàng đang cư trú. Giữ thêm giùm tôi nữa, căn phòng nho nhỏ tràn đầy tiếng cười của tôi của chàng những sáng những chiều có nhau.

Tôi nói chàng giữ lại cho tôi mọi điều, nhưng tôi không biết đến bao giờ tôi mới có thể quay lại vào mùa xuân để lần nữa thấy bầy chim sẻ, ngọn lá mượt xanh, nhành cây trĩu quả, và ánh đèn vàng sau làn cửa kính làm dậy trong tôi cái ước mơ hạnh phúc lứa đôi...

VÌ SAO

tháng bảy mưa ngâu hay em khóc
chiều về cây khế hỏi vì sao

Trung Hậu

Trời Sydney mưa như thác đổ. Miên gọi điện thoại cho tôi, nói, "thằng" mô mà đòi trời không mưa anh cũng lạy trời mưa là em bắn bể đầu liền. Tôi phì cười.

Nhưng chắc Miên không nghe tiếng tôi cười. Mưa ngoài khung cửa rộng mở át mọi thanh âm chung quanh tôi. Miên lập lại phía bên kia đầu giây, em nói thiệt, trời như ri mà còn cầu trời mưa, không điên thì cũng khùng, không bắn không được.

Và Miên chậc lưỡi, mưa chi mà mưa lạ mưa lùng, mưa kiểu ni, em không có nhà chừng hai tuần chắc cây khế của em chết quá. Tôi để cho Miên thở than. Cây khế Miên khuân từ tiểu bang này qua tiểu bang khác, cưng như cưng con. Lúc tôi mới về lại miền nam bán cầu, gặp nhau chưa kịp hết mừng, Miên đã khoe em có trồng cây khế, mai mốt chị tới nhà cho em coi. Vừa từ vùng trời lạnh lẽo Âu Châu qui cố hương, nghe nói đến cây khế, tôi thích quá, hớn hở theo Miên tới nhà xem. Sau thấy Miên cực khổ, tẩn mẩn như nuôi bịnh, tôi la làng. Tôi bảo:

- Ngoài Cabramatta bán một ký khế mười hai đồng, tau đi mua về cho mi năm ký ăn phồng lưỡi, khỏi trồng trọt chi hết.

Miên nhăn mặt:

- Chị không hiểu chi hết thì có. Ai thèm ăn khế mà đi trồng khế. Đây là cả một bầu trời thương yêu nằm trong cây khế của em.

Tôi hỏi cổ tích hả, ăn khế trả ngàn vàng hả. Miên làm thinh. Lát sau Miên tỉ tê hỏi chị nhớ nhà của em hồi nớ không. Tôi đáp răng không. Nhà Miên thuở ấy nằm ngay trên đường tôi đi học, gần một quán cà phê nổi tiếng của thị xã. Vườn thơm lá, cỏ ngoan hương. Ở thành phố, nhà có mảnh đất có thể nói đã hiếm hoi, huống gì nhà Miên còn mênh mông cây trái, nên không cần mời mọc trưa nào tôi cũng cố gắng đi sớm để ghé lại nhà Miên, ngồi dưới gốc mận, gốc xoài, ôn bài với chị của Miên.

Miên lúc ấy còn nhỏ, hay chạy theo bắt tôi kể chuyện phim. Phim kiếm hiệp, Vương Vũ, Địch Long, Khương Đại Vệ. Tôi nhắc, hồi nớ mi hay ngồi trên cây khế. Mỗi bận tôi tới, Miên từ trên cây khế leo xuống chạy ra mở cổng. Về Sydney lâu, Miên kể:

- Em ngồi ngó qua nhà hàng xóm, anh em nhà bên nớ chơi vũ cầu hay lắm.

Tôi nói giữa rừng già tau có thấy người mô. Miên cười. Hồi chị tới nhà em, người ta đi du học rồi. Tôi trợn mắt ngó Miên:

- Rứa thì mắc mớ chi mà mi leo lên cây khế ngó qua nhà người ta?

Miên không nói gì. Bỗng một hôm, Miên phone cho tôi:

- Nì chị, cái người nớ đang ở đây nì.

Tôi ngạc nhiên hỏi người mô. Miên thở dài. Hàng xóm nhà em hồi nớ. Tiếng thở dài của Miên làm tôi chưa kịp nghe chuyện, đã thấy có điều gì uẩn khúc, không mấy vui. Tôi im một hồi, kiên nhẫn chờ nghe chuyện lòng của Miên. Khá lâu sau, Miên nhỏ giọng:

- Ngày xưa lúc người ta đi rồi, em cứ buồn buồn mà không hiểu tại răng buồn. Cái tình cảm hồi nớ nhỏ nhít quá, không định hình chi hết, nên không biết đặt tên chi cho hợp. Tới hồi lớn lên, em lờ mờ hiểu những điều thiên hạ hay nói, định mệnh, duyên phần. Rồi em cũng nghĩ tới những thứ linh cảm mà con người không biết giải thích răng cho đúng. Cái thứ linh cảm tình yêu... Chị thấy đó, đâu phải đợi tiếp xúc nhiều lần, hay phải hiểu nhau như rõ lòng bàn tay mới yêu nhau phải không?

Tôi im. Miên nói tiếp, những dòng sông chảy ra biển lớn là những dòng sông rộng, theo lẽ tự nhiên của đất trời nên sông được hòa vào với biển, còn dòng sông của em là dòng sông quay ngược về nguồn. Miên thở dài. Sông của em là sông hiu hắt, sông buồn. Miên kể hai người tình cờ gặp lại nhau trong một buổi họp, đi ăn trưa, chuyện trò, nhắc nhở chuyện ngày xưa. Khi nghe đến những trưa hè rộn rã, những chiều vàng xôn xao nắng cuối vườn, và chuyện cô bé hay trèo leo chỉ để xem hàng xóm chơi vũ cầu, người đàn ông tất tả đi mua cây khế về tặng cho Miên. Cây khế nằm trong chậu, loại khế Thái Lan trái lớn, ngọt đậm đà, tuy không mấy giống như loại khế nhà Miên trồng ngày trước, nhưng Miên đã cảm động đến muốn khóc. Và sau đó Miên tha món quà hết tiểu bang này sang tiểu bang nọ, thành phố này đến thành phố kia, từ Adelaide qua Melbourne, từ Gold Coast lên tận Darwin, từ miền bắc xuống thủ đô, từ miền tây lại qua miền đông, rồi cuối cùng về tới Sydney.

Cây khế cho đến khi tôi nhìn thấy, cao chừng một mét, tàn lá chỉ vừa đủ che khuất một khoảng hành lang bé tí tẹo. Mỗi bận sang nhà Miên chơi, tôi hay bắc ghế ra ngồi với Miên, nhìn nắng reo trên những nhánh lá xanh mỏng mảnh. Dưới gốc cây, Miên không nhổ cỏ mà để tự nhiên vài đám rêu phong, vài cành xương gẫy. Miên nói đi ra đi vào thấy gốc khế um tùm cỏ dại là bớt nhớ quê nhà. Bớt nhớ khoảnh vườn ngày cũ.

Tôi đùa quê nhà có chi mô mà nhớ. Miên nói thiệt tình là không có chi ngoài một mảnh đời nho nhỏ, một khoảng trời nắng mưa mỏng mảnh như bàn tay. Thêm một vài kỷ niệm không đặc biệt gì cho mấy. Nhưng nói vậy mà nhiều hôm tôi tới nhà Miên, cũng chỉ để ngồi nhắc nhở chuyện quê nhà, chuyện xưa, chuyện cũ đến hằng tiếng đồng hồ. Miên bảo bạn tôi mất sớm, Miên coi tôi như chị. Tôi đáp hết người, mi chọn chi tau, người có cuộc đời cũng buồn như lá rớt. Miên nói làm đàn bà là thấy buồn rồi, cần chi kể tới gian truân, đoạn trường.

oOo

Tháng bảy Sydney trời bớt mưa nên lao xao nắng, nhưng lạnh tái tê. Miên than lạnh quá chắc cây khế của em không ra hoa nổi. Năm ngoái cây khế của Miên trổ được chùm hoa nhàn nhạt màu tím hồng. Miên gọi tôi đến, gọi luôn cả pizza nói để ăn mừng. Tôi phì cười trêu Miên khế đơm hoa, lẽ ra phải ăn thịt bò tái chấm mắm nêm mới phải. Miên khui chai rượu đỏ, nói khi mô cây khế của em có trái, mình sẽ ăn khế chua, uống ba xi đế cho đậm đà màu sắc quê hương.

Tháng sáu, tháng bảy ở quê nhà mùa hè, cây khế đơm bông kết nụ, thời tiết xứ người khắc nghiệt não nề, cây khế của Miên hắt hiu vàng tai tái lá. Miên than trời đã nghịch ngợm mùa đông, còn lạnh thấu xương thấu thịt kiểu ni, người ta thiếu điều chết cóng huống chi cái cây khế tội nghiệp của em... Tôi nói mi nhận cây khế của người ta, là nhận nợ trăm năm. Tôi vui miệng nói chơi, không ngờ Miên thở dài. Chị nói trăm năm, thiên thu, nghe mà tủi. Tôi lặng người, lờ mờ hiểu ra chuyện tình yêu của Miên. Không trăm năm, không thiên thu... Tôi ngập ngừng hỏi:

- Không trăm năm, không thiên thu thiệt hả Miên?

Miên buồn rầu như sắp khóc:

- Không. Tình của em là tình trà dư tửu hậu. Tình thêm mắm dặm muối, thêm hương thêm vị cho đời sống có chút nồng nàn thôi chị.

Tôi nghẹn lời, không dám lên tiếng. Tôi nhớ đến mối tình của mình, nhớ nỗi đau đớn không chịu đoạn lìa, thấy thương thân, thương Miên đến muốn khóc. Miên nói người ta có hậu cứ, có một nơi để quay về, còn em thì sầu đàng trước mặt, khổ đàng sau lưng. Và Miên cười buồn:

- Hồi nhỏ mẹ em dạy khi lớn lên, phải sống cho tử tế với tha nhân, để khi buồn có người sẵn sàng làm bờ vai cho mình dựa, rồi ngược lại cũng phải cố gắng trở thành bờ vai cho người khác nghiêng đầu khi cần... Cuộc đời, thiệt là... Có những bờ vai cứ tưởng là của mình, nhưng khi buồn, thì lại không được phép nghiêng đầu.

Khi buồn, Miên nghiêng mặt xuống kỷ niệm, xuống những hạnh phúc nhỏ nhoi của mình. Từ một đôi câu nói ân cần an ủi, từ một vài gặp gỡ vội vàng, đến trang thư, cuốn sách được tặng, Miên đều chắt chiu gìn giữ. Tôi nói với Miên ca dao bảo, *anh buồn có chỗ thở than, em buồn như ngọn nhang tàn thắp khuya*, và tiếp, đời người đàn bà không có chỗ thở than buồn như ngọn nhang tàn thắp khuya, mi không biết răng. Miên lập lại câu nói của tôi, đáp làm đàn bà thiệt khổ. Tôi đùa:

- Hay là mi quăng cây khế đi cho đời bớt khổ.

Miên nhìn lên bầu trời trên cao:

- Mà chắc tới lúc mô đó cũng phải quăng đi mới dễ sống.

Miên thêm. Quăng đi, như quăng những món đồ không vừa vặn hằng ngày. Tôi nắm lấy bàn tay Miên, những ngón tay gầy guộc, với các nếp gân xanh xao, tôi hỏi, mi đủ sức quăng đi không. Miên chặc lưỡi cười, không trả lời.

Thình lình một hôm Miên gọi điện thoại bảo Miên sẽ đi xa hai tuần và đòi chở cây khế xuống nhà tôi. Tôi nói tôi không chịu trách nhiệm nhưng Miên cứ tỉnh bơ căn dặn một tuần tưới nước mấy lần, cửa sổ phải mở ra như thế nào cho có ánh sáng lọt vào phòng. Tôi la:

- Mi đừng có khùng. Tau không có chăm sóc, tưới tắm chi hết.

Miên làm thinh. Cũng chẳng thèm nghe lời tôi phản đối. Một ngày trước khi đi, Miên khệ nệ mang chậu cây tới. Nhìn cái rờ moọc lớn tướng Miên mượn của ai đó móc đàng sau xe, chung quanh chèn đủ loại cây dài cây ngắn, rồi gỗ đá, thùng bộng lung tung xèng để giữ chậu cây thăng bằng, tôi lại la:

- Mi đi hai tuần chớ bộ ngày dài tháng rộng chi mà mang cái thứ ni tới đây.

Miên không trả lời, cứ lụi hụi tháo gỡ mớ dây ràng rịt quanh chậu khế. Mãi cho đến khi mang được món quà tình yêu đặt trên thềm nhà tôi, và ngồi phệt ngay xuống tam cấp, Miên mới khẽ nói:

- Em đi chuyến ni sanh tử một mối tình. Về, lỡ có buồn, em để cái cây ở lại đây luôn.

Tôi nhăn mặt:

- Cái con ni "vui" hỉ. Mi sanh tử tình yêu mắc mớ chi tới tau mà bắt tau gánh cái trách nhiệm tưới tắm chăm sóc vô duyên ni chớ.

Miên cười buồn:

- Em giao cho chị. Nếu cái cây chết mà tình vui, thì không có chi để than trách. Còn buồn, cứ coi như em tìm ra được người đoạn tuyệt kỷ vật.

Giọng của Miên nghe tỉnh như nói chuyện đi chợ, đi mua sắm quần áo, nhưng xót xa không chịu được. Tôi tò mò ngồi xuống bên cạnh Miên:

- Răng khi không mi quyết liệt dữ rứa? Chuyện chi mà mi đòi sanh tử?

Miên ngồi im một lát rồi nhỏ giọng, thì em có nói tới giai đoạn mô đó, phải có một thái độ rõ ràng cho đời sống mình. Miên thở ra:

- Không hiểu răng tự nhiên lúc gần đây, em có cảm giác mình già rồi, nên muốn trắng ra trắng đen ra đen.

Tôi rớt mắt trên cụm rêu non bám trên gốc khế. Hai chữ già rồi của Miên nghe thương chi lạ. Tôi chạnh lòng nghĩ đến đời sống của chính mình và cái hạnh phúc nhiều người hất hủi, ruồng rẫy trong khi tôi và Miên kiếm tìm mỏi đời vẫn không với tới được. Trái tim tôi chới với đập lên mấy nhịp xót xa. Miên co hai chân lên, mặt nghiêng trên cánh tay để vòng quanh gối, mắt u hoài nhìn cây khế như nhìn người yêu. Giọng Miên rưng rức, đã tới lúc phải quyết định hoặc có hoặc mất hết chị nờ. Tôi đáp Miên nói giống y như đang đánh bạc. Miên giễu, chị không nghe cải lương nói đời là một ván bài hả. Tôi hỏi, mà em với anh là những con tẩy lủng phải không. Miên cười. Lát sau Miên nói, giọng buồn thiu:

- Đàn ông yêu đương, nhiều khi giống y như nhu cầu cần ăn cơm, uống nước. Ăn xong, no. Uống nước xong, hết khát. Còn đàn bà mình răng mà khổ quá. Cứ cưu mang, day dứt triền miên. Em làm hết cách để thoát ra khỏi nỗi buồn, nỗi khổ tâm mà không được. Muốn tìm cái kết thúc cho nhẹ lòng đây chị.

Tôi cũng gắng tìm một câu để an ủi Miên nhưng mãi vẫn chẳng biết phải nói điều gì. Lòng tôi tàn hoang như cái nắng tháng bảy mong manh đang tàn vội trên hiên nhà.

Chúng tôi ngồi thêm với nhau một lát rồi loay hoay mang chậu khế vào phòng. Miên bịn rịn mân mê nhánh lá, dặn lại lần nữa tưới tắm chăm sóc cho kỷ vật của Miên như thế nào. Tôi ậm ừ. Và làu bàu. Cây khế trồng trong chậu là coi như đã bị bức tử, bị đem vô nhà không nắng không mưa, có chăm sóc tưới tắm cách chi cũng uổng công. Tôi thêm, kiểu chi rồi cũng không thọ, kiểu chi rồi cũng phải thành kính nghiêng mình, tiễn đưa linh cửu. Miên bật cười. Đột ngột Miên buông tay, nói thôi em về rồi đi thẳng ra ngoài. Y hệt như khi Miên đến.

Tôi đứng lại với cây khế. Không tiễn Miên, nhưng tôi lắng nghe tiếng xe Miên vang lên. Nhỏ dần. Nhỏ dần. Và cuối cùng là im ắng. Mất hút. Lòng tôi nặng trĩu. Nhớ tới lời Miên nói có những bờ vai cứ tưởng là của mình, nhưng khi buồn, thì lại không được phép nghiêng đầu, nước mắt tôi bỗng ứa ra. Tôi biết chắc chắn Miên sẽ chẳng bao giờ đòi hỏi một đổi thay nào đó có thể mang đau thương lại cho kẻ khác, cũng chẳng bao giờ chọn phần hơn về phía mình...

Miên của tôi... Chắc chắn rồi sẽ về một mình với đường không bóng lá. Sẽ lòng rỗng tay trơn với mưa rơi, nắng hạn. Và hẳn, sẽ một đời không vòng tay.

Miên của tôi...

Trời tối nhá nhem, nhưng tôi cứ đứng mãi, nghĩ đến đoạn đường dài tăm hơi khi Miên về. Tôi biết chắc, cây khế nếu còn sống, sẽ hỏi vì sao Miên cười mà nuốt lệ.

CÀ PHÊ PHỐ NGƯỜI

Sáng Trúc gọi hỏi trưa dì rảnh không đi uống cà phê với con. Cà phê phố người, phòng ốc lớn như một hội trường, bàn bàn ghế ghế dãy nọ dãy kia san sát nhau, chẳng có chút gì thơ mộng. Chỉ tiện đường đi. Và không khí tương đối dễ chịu, không ồn ào trẻ trung quá, cũng không già đến độ nói tiếng lớn là bị ngay một cái quay đầu, một đôi chân mày cau lại khó chịu.

Bàn ghế vậy, chỗ ngồi nhiều vậy, nhưng có khi vẫn không đủ cho khách, nên thiên hạ thiếu cữ, thấy ghế trống là xin vào ngồi chung. Chuyện riêng tư, chuyện mình, chuyện người, chuyện quan trọng, chuyện ngồi lê đôi mách, nếu kẻ xin ngồi ké mà cũng thông hiểu được cái ngôn ngữ của người ngồi cùng bàn, đương nhiên là sẽ am tường đầu đuôi gốc ngọn mọi thứ.

Cũng may mà tôi và Trúc không phải trò chuyện, trao đổi với nhau bằng cái thứ tiếng đọc diễn văn, kêu gọi nhốt dân nọ dân kia vào Ghetto, xịt hơi ngạt, vì vậy thỉnh thoảng vẫn còn đủ can đảm rủ nhau đến đó.

Cái quán cà phê phố người, ngay giữa phố xá thị thành ấy, hình như không có nhạc. Hay có nhạc mà loại xập xình, rock, rave, techno sao đó, nghe chỉ làm mệt tim thêm, nên tôi không để ý. Hứa hoài với Trúc, một tối ở chỗ khác, có vườn cây, có độc tấu dương cầm và có người nhạc công mê Mozart, nhưng tôi vẫn không làm sao sắp xếp được thì giờ rảnh rỗi vốn rất ít ỏi của mình. Trúc hay an ủi tôi, có còn hơn không. Và nói thêm, từ trên lầu nhìn xuống, ngồi chỗ nào trong cái quán cà phê ấy cũng có thể ngó thấy tòa thị chính, thấy nóc nhà thờ thành phố với kiến trúc hình vòm nổi tiếng, thấy dân du lịch qua lại chụp hình chụp ảnh và thấy cả cảnh sát chặn xe, chặn người hỏi giấy tờ, phạt tiền, kể cũng vui mắt.

Trúc như tôi vậy, rất mê những khoảng thì giờ thảnh thơi được ngồi ngắm nhìn thiên hạ, phố phường. Nhưng thường mỗi lần gặp nhau, cả hai dì cháu cũng đều có quá nhiều chuyện để nói, để bàn luận và chia xẻ với nhau, nên cái thú thưởng ngoạn cảnh, vật và người có khi đành xếp xó. Có lần Trúc phì cười bảo, thật ra thì người có gì đâu để mà ngắm. Rồi nói thêm, khỉ làm trò khỉ còn khiến người ta nhe răng ra được, chứ người mà làm trò người coi bộ khó coi!

Từ chỗ tôi làm, chạy ra phố hết năm phút đi xe điện ngầm tốc hành. Hai phút leo lên cầu thang máy ra khỏi hầm xe điện. Thêm một phút trèo lầu quán cà phê. Quán đông người, có hôm chờ bồi bàn tới phục vụ mất cả hơn hai mươi phút. Tôi thường được nghỉ trưa gần ba tiếng đồng hồ. Ăn gian thêm giờ làm việc buổi tối, ngồi lại với Trúc có khi mươi, mười lăm phút nữa. Như vậy, kể từ lúc gọi được ly cà phê, đĩa bánh ngọt, tính tới tính lui, chuyện đội đá vá trời chắc không kịp chứ tán dóc áo quần chợ búa và than vãn nọ kia, kể ra cũng thừa thì giờ. Và kể thêm, cũng không đến nỗi khó khăn, trắc trở gì để sắp xếp được những lần "ngồi quán uống ly cà phê" như lời bài hát nào đó.

Nhưng điều kỳ lạ ở chỗ, là ngó vậy chứ dường như lần nào muốn đi cũng phải hẹn tới hẹn lui năm lần bảy lượt, phải tính toán so đo đủ mọi chuyện, hai dì cháu mới có dịp thấy nhau.

Mà thật ra thì mỗi tuần tôi và Trúc có thấy nhau một lần. Trong nhiều tiếng đồng hồ. Ở nhà thờ. Và quả đúng là chỉ "thấy", hoàn toàn theo nghĩa đen. Có nghĩa là ngó thấy nhau, cười với nhau một nụ từ xa xa, xuyên qua giữa những hàng ghế và người ngồi. Hôm nào rảnh rỗi lắm, gặp nhau ở ngưỡng cửa, ôm hôn nhau một cái, hỏi thăm sức khỏe được đôi câu là vừa vặn tới giờ ra mắt Chúa. Cả tôi lẫn Trúc đều tất bật túi bụi nên có khi đứa này còn đi trễ, đứa kia đi muộn nữa là khác. Ngó thấy nhau như vậy, "hallo" được như vậy có thể đã gọi là may! Và cuối giờ, hết lễ lạy, thì hoặc tôi, hoặc Trúc, phải ba chân bốn cẳng chạy một mạch về chỗ làm. Thứ bảy, Chúa Nhật thiên hạ sum họp gia đình, dẫn nhau đi ăn, đi uống, cả hai dì cháu tôi đều làm cái nghề quán xá, phục vụ, chuyện được nghỉ ngơi, thong dong hiếm như trúng số. Tôi còn tệ hại hơn vậy nữa, một tuần bảy ngày, đủ cả bảy sáng xách ô đi tối xách về.

Trúc hỏi tôi dạo này dì thường không. Tôi ngó Trúc. Muốn nói lâu rồi dì không còn thường nữa, nhưng chẳng hiểu sao tôi lại trả lời. Thường. Sau đó tôi thêm, phải bình thường chứ Trúc. Nghe, Trúc bật cười. Tôi chậc lưỡi, làm việc như dì, sao có thể bất bình thường được chứ hả Trúc. Trúc lại phì cười khi câu nói của tôi vừa chấm dứt. Tôi bảo chừng nào Trúc thấy người ta chở dì đi bịnh viện tâm thần là lúc đó dì hết bình thường Trúc hỏi gặng:

- Mà thiệt là thường không dì?

Tôi nhắm hai mắt lại đôi giây. Sau đó mở ra. Mở bừng mắt ra nhìn thẳng lên nóc nhà thờ. Cái nóc nhà thờ cao vời vợi. Sơn màu xanh lá cây. Tự dưng tôi nhủ thầm hôm nào phải đi tìm xem kiến trúc sư nào đã vẽ kiểu, rồi cũng bỗng dưng sực nhớ đến cái dự định sẽ thi vào ngành kiến trúc vào những năm vừa mới được trở lại trường. Tôi thở dài. Áo cơm giết cái ước mơ, và bổn phận khiến cái dự tính dãy chết đành đạch...

Trúc giật mình khi nghe tôi thở dài:

- Sao vậy dì?

Tôi cũng giật mình:

- Không có gì hết Trúc. Nghĩ tới chuyện đi học trở lại, tự nhiên đâm buồn.

Trúc gặng lại lần nữa:

- Hồi nãy con hỏi có thiệt là dì bình thường không, dì chưa trả lời.

Tôi mủi lòng:

- Trúc biết rồi. Nói vậy chứ thường sao được. Nhiều lúc chỉ còn thiếu chuyện mua khẩu súng về bắn một phát vô đầu nữa thôi.

Trúc xua tay, can:

- Thôi dì. Kiếm cách nào chết dễ dễ mà vẫn giữ được nguyên vẹn bộ mặt của mình để thiên hạ đi đưa đám đỡ thấy sợ dì à.

Chết cách nào bây giờ. Tôi nhớ tôi và một anh chàng khách quen có lần tán gẫu với nhau về vấn đề này. Hắn bảo, chết bằng dao đâm vào bụng như võ sĩ đạo của Nhật chắc đau lắm. Tôi nói nhảy xuống sông có lẽ ít đau hơn, nhiều lắm là chỉ tức ngực chút chút lúc mới chúi đầu xuống nước thôi. Hắn lắc đầu than, tôi biết bơi! Nhảy xuống là khả năng muốn sống sẽ trỗi dậy, cam đoan tôi sẽ bơi vào bờ ngay. Tôi đề nghị uống thuốc ngủ, hắn đáp muốn chết oai hùng hơn. Tôi phì cười, bảo vậy thì hắn nên theo đạo Hồi, gia nhập vào hàng ngũ khủng bố, xin được đeo bom vào người, ra ngay giữa chợ mà chết. Hắn lườm tôi.

Tôi biết hắn nói vậy, chứ sức mấy dám tự tử. Cái mặt bảnh bao như hắn, nghề nghiệp ngon lành như hắn, điên sao tự tử. Tôi gọi hắn là Don Juan. Don Juan có một lô một lốc bồ bịch. Hẹn hò còn phải lên lịch, lên chương trình. Bàn chuyện tự tử, chắc chỉ vì khả năng muốn các em thương nhớ khóc than!

Tôi kể lại cho Trúc nghe và nói chết bằng cách bắn vào đầu như tôi mới nhắc tới, hẳn là sẽ đau và xấu xí, nên tôi sẽ suy nghĩ lại kiểu qua đời của mình. Trúc nói dì vẫn ước ao được về với Chúa lúc sáu mươi tuổi để chưa đến nỗi làm ma già, và để còn có người làm thơ tiễn đưa mùi mẫn, nên con nghĩ bắn vào đầu là chuyện không nên xảy ra với dì. Thiên hạ sẽ không dám làm thơ, làm nhạc cho người không còn... nhan sắc theo nghĩa đen. Tôi buồn rầu đáp ừ. Chết như vậy mặt nát bét thấy ớn.

Hai dì cháu quậy ly cà phê. Ngó đông ngó tây. Một hồi, chắc máu tò mò nổi lên, Trúc lại hỏi, dì không liên lạc với bên ấy thiệt hay sao. Tôi im một hồi rồi gật đầu. Trúc chép miệng, như vậy thì buồn chết. Tôi nói không có đâu. Trúc đáp con ở một mình như dì dư sức biết có những hôm vừa bước chân về đến ngưỡng cửa, chưa kịp mở cửa phòng lọt vào trong là đã òa lên khóc như con nít. Trúc chép miệng, cái nỗi buồn nó đông cứng như nước đá ở trong lòng, chỉ chờ dịp nhìn thấy cảnh đìu hiu, nghe câu nói tang thương là chảy ra, níu lòng mình xuống tận đáy địa ngục dì ơi.

Tôi kể:

- Tối nào trước khi lên giường, dì cũng uống hết nửa chai rượu vang đỏ. Say bét nhè. Người điên không biết nhớ và người say không biết buồn. Dì đi ngủ với nửa chai rượu thì chẳng nhớ thương, buồn khổ gì hết.

Dì không thèm buồn. Tôi tuyên bố. Trúc hỏi rồi cái tấm hình của chú và dì sao con vẫn thấy dì treo ở cuối giường. Trước khi ngủ, dẫu xỉn mà ngó thấy cái tấm hình dì và chú ôm nhau âu yếm như vậy, tâm vẫn tịnh, lòng vẫn yên thì con phục dì sát đất. Dì xứng đáng được gắn huy chương anh dũng bội tinh. Tôi nhìn Trúc. Nước mắt muốn ứa ra, cổ họng muốn nghẹn như đang ăn miếng bánh nhiều bột. Tôi định nói, sao Trúc nỡ lòng đâm dì một phát đau đớn như vậy! Nhưng rồi tôi cúi xuống nhìn ly cà phê Ý đậm, đen sẫm một màu, nổi bật lên giữa màu sứ trắng của ly tách. Trúc hỏi:

- Cái hình đó kỷ niệm chuyến đi đầy hạnh phúc của chú và dì phải không?

Tôi gật. Trúc bưng ly cà phê lên uống. Để xuống. Nói. Nhìn là biết dì và chú đã vui như thế nào. Trúc bảo con cam đoan với dì, chú đang làm thơ buồn cho dì. Tôi bĩu môi, chú dễ quên. Chắc chú đã quên dì như con sông quên dòng nước chảy về đại dương. Những bài thơ nếu có, chú làm cho dì chắc cũng sẽ như cho lê lựu trăng đèn. Trúc nhăn mặt, tính dì cả nghi, giống Tào Tháo.

Tôi chớp mắt:

- Trúc không biết sao, lần trước dì sang bên ấy, trước khi gặp nhau, chú có công chuyện phải đi qua tiểu bang khác, tiểu bang có người xưa của chú, về nhà chú làm thơ, tặng thiên thu, tặng ngàn năm. Di là con số không trong lòng chú.

Trúc bật cười:

- Con thấy chú chăm sóc, lo lắng cho dì thiệt dễ thương. Chú là thi sĩ, nên cảnh đó người đây luống đoạn trường, chú tức cảnh về nhà làm bài thơ cho thiên hạ đọc chơi vậy thôi.

Tôi lắc đầu:

- Có đề tặng người đó nữa. Làm cho người đó. Đăng báo để người đó đọc.

Trúc lại phì cười:

- Mà đăng báo thì dì cũng đọc nữa. Như vậy có nghĩa là không quan trọng mới đem công khai như nhà thờ mình công khai tài chánh, dán tấm bảng thiệt bự ở giữa nơi ai ai cũng có thể nhìn thấy.

Tôi cãi:

- Trúc đừng binh vực cho chú. Chú biết tờ báo đó dì không đọc nên mới gửi đăng. Tình cờ người bạn của chú gửi cho dì.

Trúc chép miệng. Ông nào mà ác nhơn thất đức quá vậy. Tôi bảo người ta ý tốt lòng lành. Chỉ có chú là hai lòng. Trúc cười ngất. Vậy thì dì tặng cho chú câu Kinh Thánh, nếu ai có hai lòng hãy làm sạch lòng đi. Tôi nói tôi không thèm.

Tôi nói tôi chỉ muốn yên tĩnh một mình. Ngậm đắng nuốt cay một mình. Trúc bảo con có nhiều bài hát diễn tả cảnh cô đơn, cảnh tình phụ lắm dì. Dì muốn nghe bài nào con đem tới.

Tôi quậy tầy huầy miếng bánh. Lên án kẻ vắng mặt:

- Dì lúc nào cũng cố giữ tình cảm thật tốt đẹp với chú. Tôn trọng từng tính ý chú. Người xưa của chú chê chú không bằng người ta, nhưng với dì, chú là số một. Chú thấy dì thương chú vậy rồi ăn hiếp dì.

Trúc bật cười ha hả:

- Chú ngó vậy mà ngon quá à nha!

Tôi hỏi lại "ngó vậy" là sao. Trúc bảo con thấy chú hiền khô. Ai cũng thấy chú hiền khô. Ai dè chú có khả năng... ăn hiếp dì. Tôi bĩu môi, người ngoài không nằm trong chăn làm sao biết chăn có rận.

- Chú "bề ngoài" đó Trúc.

Trúc không cãi với tôi nữa. Không biết vì sợ tôi giận hay thua lý của tôi. Trúc khen cô áo vàng đi dưới đường có đôi chân đẹp quá. Mùa này vẫn còn những vạt nắng cuối cùng để thiên hạ ra đường khoe vai mỏng, chân thon. Tôi nhìn theo Trúc. Tự dưng lại nhớ đã sắp đến lễ hội tháng mười. Tôi chặc lưỡi:

- Năm ngoái chú định năm này qua đây vào dịp lễ.

Sau đó tôi tiếp. Năm ngoái giờ này dì với chú đang chuẩn bị cho chuyến đi xuyên tiểu bang. Vui ơi là ơi. Mấy ngày lên dốc xuống đèo, qua biển qua sa mạc. Trúc hỏi có nắm tay nhau không dì. Tôi đáp có. Trúc bảo chạy đường dài có người nắm tay, thấy ngắn. Đang hân hoan kể, tôi chùng giọng xuống:

- Nhưng giờ thì hết rồi.

Trúc nói hết sao được mà hết. Tôi nói hết thiệt. Dì là con số không của chú. Trúc hỏi lại vậy chú số mấy của dì. Số một. Ngày xưa là số một. Trúc cười, dì làm như giờ đã "ngày nay" lắm rồi. Và Trúc hạ giọng, hay là dì gọi cho chú một tiếng. Tôi lắc đầu:

- Không.

- Dì giận và dì buồn?

Tôi bĩu môi:

- Ai thèm giận. Ai thèm buồn.

Trúc ngoéo tay tôi. Chắc nhen, không buồn nhen. Tôi nói chắc. Trúc chép miệng, dì ngon hơn chú. Nhưng sau đó Trúc nói, mà như vậy thì cô đơn chết dì à. Tôi hùng dũng. Xưa nay dì vẫn một mình. Ban ngày dì đi làm, tối dì về uống nửa chai rượu, dì không cô đơn. Trúc lắc đầu, dì uống toàn rượu mắc tiền, tốn thấy mồ đi dì ơi.

Hết giờ. Hai dì cháu phải về. Tôi đi làm. Trúc đi học thêm tiếng Anh, dự định bỏ xứ sở này như tôi. Chào nhau xong hai dì cháu đứng xớ rớ cầm áo khoác lên một hồi rồi mới ra cửa. Tới ngưỡng cửa, tôi đứng lại. Lâu thật lâu sau, tôi bảo Trúc:

- Lần sau đừng đi quán cà phê này nữa nghe Trúc. Ngó tới ngó lui, tự dưng lại nhớ tới lần Trúc và dì đưa người ta tới đây. Ở cái góc đàng kia Trúc nhớ không. Cảnh đó người đây. Lát nữa dì về nhà, dám phải ghé mua một khẩu súng thiệt quá.

Trúc bảo nếu dì tự bắn vào đầu thì con không can. Nhưng định bắn chú, nhớ mua vé máy bay cho con đi theo với. Trúc gật gù, làm một chuyến viễn du với dì, chắc vui. Tôi làm thinh. Trúc thêm, mà không chừng cái ý định ở lại luôn bên đó của con còn thực hiện được sớm đó dì. Dì bắn chú, con ở lại làm nhân chứng, người ta thấy con đàng hoàng, chắc sẽ cấp giấy nhập cảnh cho con.

Tôi không ngó Trúc mà ngó xuống đường. Trời nắng trong veo. Soi rõ nóc nhà thờ. Soi rõ tòa thị chính. Và hẳn nhiên cả người qua lại. Không thấy khỉ làm trò khỉ cho tôi cười. Chỉ thấy chao ơi, người và người. Nên chao ơi, tôi cũng bỗng thấy tôi đang sắp khóc ở con đường phía dưới kia nơi tôi và "người ta" từng có lần tay trong tay!

TƯỞNG NIỆM MỘT NHÂN VẬT

Phan Thị Vàng Anh, trong tuyển tập, "khi người ta trẻ", kể chuyện một nhân vật nữ tuổi xấp xỉ mười chín đôi mươi, yêu một tên con trai không ra gì, bồ bịch một lúc hai cô, đến khi bị bỏ rơi, nhân vật nữ này tự tử chết. Thân nhân của cô bàng hoàng, người bảo cô điên, không chết trước rồi cũng chết sau bằng cái kiểu rồ dại ấy, người bảo không hiểu nổi tại sao cô có thể làm chuyện vớ vẩn như vậy. "Không đáng", chị dâu cô kết luận.

Thường, thì ai cũng nghĩ tương tự như người thân của nhân vật nữ trong truyện Phan Thị Vàng Anh về những cái chết dại dột. Nhưng cháu của cô gái, người dẫn chuyện, lại bảo, "nếu mẹ tôi biết ở cái tuổi này người ta điên đến mức nào và cần có bạn bè để an ủi biết bao nhiêu, người ta lại thích trả thù nữa chứ! Khi chết, hẳn cô đã tưởng tượng ra mọi người khóc lóc, Vỹ hoảng sợ, hối hận, ôm lấy quan tài như muốn xuống mồ theo...". Cô cháu đồng tuổi, đồng lứa, vào thời điểm trẻ hệt như nhân vật chính, nên cô hiểu thật rõ, tại sao có lúc con người ta lại điên đến vậy.

Và vào cái lứa tuổi này, thường hiếm người không có những ý nghĩ điên rồ chạy qua trong đầu, hay không trải những điều mà sau này khi già đi rồi, trở thành "người lớn" rồi, tự dưng người ta sẽ quên mất rằng mình đã từng có lần... điên. Nhân vật nữ ngây thơ của Phan Thị Vàng Anh, không có cơ hội để sau này được "quên", mà trước khi vĩnh viễn lìa cõi đời, cô còn không tưởng tượng ra được ngày đám tang mình -kẻ cô cứ nghĩ sẽ ở mãi bên cạnh cô, kẻ cô đã "hy vọng" lương tâm sẽ bị cắn rứt đến suốt đời vì đã bỏ rơi cô đến nỗi cô phải quyên sinh- lại tỉnh như ruồi, nhởn nhơ ngoài biển nắng, hân hoan, vui vẻ, trẩy hội...

Ngày mười chín đôi mươi, một lần, không nhớ vì sao tôi được đi với ba, cùng với người tôi sẽ gọi là nhân vật của mình, đến thành phố hắn đã trải qua gần hết thời trung học. Đi chơi, hay đi công chuyện gì đó tôi cũng không nhớ rõ.

Chỉ nhớ buổi chiều hôm ấy, với sự đồng ý của ba tôi, hai đứa đã chở nhau đi, không, nhân vật của tôi chở tôi thì đúng hơn. Cho biết Vũng Tàu. Hắn nói vậy khi dắt chiếc xe đạp quốc doanh mượn được của ông bác họ tôi. Hắn đã ở cái thành phố biển nhỏ nhắn này sáu năm, từ lúc bắt đầu bước vào trung học, cho đến ngày miền nam sụp đổ. Hắn bảo hắn thuộc từng ngóc ngách, từng con hẻm nhỏ của Vũng Tàu.

Chúng tôi đã rời khỏi nhà với chiếc xe không biết có nên gọi là xe hay không, bởi ghi đông, sườn, yên, bánh, dây sên, và bàn đạp, đều chỉ mang máng giống, hay có thể nói chỉ tương tự như những thứ có cái tên gọi như vậy mà thôi. Hầu như tất cả đều méo mó dị dạng. Tất cả đều được chắp nối, ràng buộc với nhau một cách hết sức quái gỡ, "khác thường". Chẳng hạn bên ngoài của cái bánh xe trước đã hoàn toàn mòn nhẵn, không còn chút gai nào, được quấn chặt bằng một khúc ruột xe cũ ở những đoạn bị hở bố, trông giống hệt như người ta quấn khăn tang. Cái vỏ, cái bánh, hay cái không biết gọi là gì này, chẳng những đã dị dạng không tưởng tượng được vậy rồi, mà mỗi bận lăn vòng đến đoạn quấn khăn tang, còn làm cả chiếc xe nảy tưng lên như ngựa đua nhảy rào. Tuy nhiên đến cái pédal mới thảm hại hơn vì đó chỉ là một đoạn sắt ngắn xỏ xuyên qua một mảnh gỗ nhỏ, khi người đạp xe ấn lên thì chúng chẳng hề quay theo sự chuyển động của bàn chân mà cứ cứng trơ thổ địa. Và hẳn nhiên, tất cả những thứ phụ tùng khác, thường thấy ở một chiếc xe đạp như chắn sên, chắn bùn, vân vân, đều thuộc loại xa xỉ, hoàn toàn chẳng hề được có mặt.

Yên không nệm, vành cong quẹo, sườn và ghi đông đầy những chỗ han gỉ, mục nát -nát đến độ có thể nhìn xuyên suốt từ trên xuống đến mặt đất qua các lỗ thủng rất lớn. Lại không thắng, không phanh, cũng không được tra nhớt, nên khi chạy ngang qua người nào là người ấy sẽ bị tra tấn một cách rùng rợn bởi những tiếng kêu kót két vang ra rất to như tiếng rên rỉ đớn đau của một sinh vật nào đó đang bị thương. Mường tượng như lúc ấy có vật gì trên đường làm va vấp vòng bánh không tử tế ấy, hay có người đụng phải vào chúng tôi, chắc có lẽ giờ này tôi và hắn đã ở một chốn nào đó khác phàm trần rồi.

Chiếc xe cà khổ. Chiếc xe cà tàng. Chiếc xe kinh khủng như thế, vậy mà tôi đã ung dung tự tại, đã tỉnh bơ ngồi ở phía yên sau một cách hết sức nhàn nhã, tự nhiên, để cho nhân vật mình gò lưng đèo đi khắp các nẻo phố phường. Từ ngã tư Giếng Nước, chạy hết đường Lê Lợi, qua Nguyễn Du, Duy Tân, vòng vèo đôi ba chỗ có vài kỷ niệm với hắn, rồi sau đó, ra Bãi Trước. Lẩn quẩn loanh quanh, nếu tính vội vã lắm thì có lẽ cũng hết vài tiếng ba tiếng đồng hồ hắn đàng trước ra sức đạp, tôi đàng sau, nghêu ngao hát tình ca, thỉnh thoảng kể lể những câu chuyện vớ vẩn hoặc thả mắt lên những hàng cây, ngắm nhìn những ngôi nhà còn dấu vết thị thành chỉ được nghe hoặc đọc trước ngày miền nam mất.

Trong tư thế nhởn nhơ như vậy, lòng chẳng nghĩ ngợi, băn khoăn hay ray rứt gì cả, tôi đã để hắn đưa đi hết đường bằng, đường thẳng, đường vòng vèo mọi ngả quanh co của thành phố. Lúc rời bãi biển, hắn đạp lên một con dốc. Cái dốc núi cao ngất ngưỡng, dẫn lên Thích Ca Phật đài, nếu tôi nhớ không lầm tên thì đó là Dốc Ông Thượng. "Để Nga ngắm biển cho rõ". Cũng vẫn tương tự như câu nói lúc mới dắt chiếc xe ra khỏi nhà, hắn đã nói với tôi như vậy. Tuy nhiên lần ấy tiếng thở trong câu nói của hắn có vẻ khó khăn hơn, nặng nhọc hơn. Mười chín, hai mươi tuổi, dẫu không tế nhị, không khôn ngoan, hay thậm chí cho là ngu đi nữa, nhưng khi nghe một tiếng thở không còn chút sức nào phát ra từ một thằng con trai chẳng lấy gì làm to con cho lắm như vậy, tôi nghĩ chắc chắn tôi đã biết hắn sắp ngất ngư con tàu đi. Thế mà tôi nhớ tôi lại chỉ hỏi hắn, "có mệt lắm không?".

Mệt không. Hỏi vậy, như thể đang quan tâm lo lắng cho đương sự vậy, nhưng khi nhân vật tôi, anh dũng hệt hàng vạn thằng con trai khác lần đầu được chở bạn gái đi chơi, đỉnh đạc trả lời, không, thế là tôi đã lại tỉnh như ruồi, ngồi im như quan trạng ngồi võng, thản nhiên để hắn tiếp tục gò lưng đạp.

Nhiều năm qua đi, bỗng chợt nhớ đến cái kỷ niệm có thể gọi là rất dễ thương với nhân vật của mình như thế này, tôi đang tự hỏi lòng, thuở ấy, khi tôi không hề buông ra một câu, bảo hắn ngừng xe để mình leo bộ lên con dốc ấy với hắn, là tại bản tính tôi hững hờ? Tôi nhạt nhẽo? Tôi vô tâm? Hay chỉ vì tôi đang ở cái lứa tuổi thiếu kinh nghiệm đời, nghĩ mình có cái quyền được người khác chiều chuộng?

Lúc lên đến đỉnh dốc, hắn dừng lại. Bảo để cho tôi ngắm biển. Tôi ừ, và nhảy xuống khỏi yên xe, đứng nhìn trời nước. Lòng thơ thới hân hoan như trên đời này chẳng hề có bất cứ điiều gì có làm cho tôi chao động.

Tôi đã đứng nhìn biển rất lâu. Và hắn cũng im lặng rất lâu. Chẳng biết làm điều gì ở sau lưng tôi, nhưng sau những giây phút yên ắng, tôi nghe hắn thở dài. Rồi hắn ngậm ngùi nói, phải chi có cái máy chụp hình, hắn sẽ được mang về nhà bức ảnh mái tóc dài vờn bay trong gió của tôi. Nhân vật tôi thuở ấy, và có lẽ cả đến tận bây giờ, chẳng hề biết làm thơ, cũng chưa bao giờ viết văn, nhưng chừng như hắn lãng mạn và nên thơ hơn rất nhiều thi, văn sĩ tôi biết sau này.

Khi đối thoại, giọng hắn sầu chở sầu. Gương mặt hắn, buồn nối buồn. Cả môi cười cũng không hề rạng lên nét tươi vui. Lúc về, khi ngang qua trường Thiếu Sinh Quân, một tay giữ ghi đông, một tay chỉ, hắn nói với tôi:

- Ngày xưa học ở đây. Lớp học trên kia. Phía sau những hàng cây.

Sau những hàng cây xanh rậm rạp lá, một cái lớp học nào đó của hắn ẩn ẩn hiện hiện, tôi chẳng biết là cái nào, nhưng giọng nói thê thiết, với một âm thanh hết sức trầm buồn, hắn đã làm những hình ảnh lọt vào mắt tôi buổi chiều hôm ấy, ở lại nguyên vẹn trong ký ức tôi cho đến tận bây giờ. Bây giờ... Đã mấy mươi năm xa xôi, đã mấy mươi năm tôi không về lại Vũng Tàu, cũng thật lâu lắm rồi tôi không nhắc nhớ với ai về những kỷ niệm đầu đời của tôi với hắn, nhưng cái nắng rớt rơi trên con đường ấy chừng như chưa hề nhạt nhòa trong trí nhớ tôi. Cả tiếng thở dài của hắn, cũng vậy, vẫn như còn ở đâu đó. Tôi nhớ hắn kể:

- Hồi ấy mỗi sáng năm giờ, là phải thức dậy. Chăn nệm phải xếp ngay ngắn, cẩn thận. Áo quần cũng phải gấp theo đúng qui định. Từng phút từng giây.

Thật lòng mà nói, khi nghe hắn kể về những chuyện như vậy, tôi đã không hiểu gì cả. Hoàn toàn không mường tượng ra được điều gì thì đúng hơn. Bởi những năm tôi mười hai, mười ba, mười bốn tuổi, rồi đến lúc thành thiếu nữ, bắt đầu biết để ý đến con trai, bắt đầu biết lượt là thời trang quần áo, có nghĩa đã lớn, mà mỗi sáng ngủ dậy, gối chăn tôi vẫn có người xếp gấp. Trưa về học, cơm nước có lúc còn được mang lên đến tận bàn học. Ngoài việc phải chúi mũi vào sách vở, dường như tôi chẳng làm gì. Cả áo quần thay ra, cũng không cần phải gấp hay treo. Đồng phục đi học, đồ mặc đi chơi, đi ra đường lẫn ở nhà đều được ủi sẵn, máng thẳng thớm trong tủ. Mọi thứ, tôi không hề đụng tay vào, vẫn ngăn nắp đâu ra đó.

Tôi nhớ tôi đã vô cùng ngạc nhiên khi nghe hắn kể tiếp:

- Sau đó là tất tả chạy xuống sân trường, hàng dọc hàng ngang. Điểm danh xong thì bắt đầu chạy ra biển. Thường là chạy từ Bãi Trước ra Bãi Sau...

Chạy làm gì. Tôi hỏi. Tập thể dục. Hắn đáp. Rồi hắn nói thêm. Tập tác phong quân nhân. Tôi ngớ mặt. Mới mười mấy tuổi tại sao lại phải tác phong quân nhân? Hắn buồn bã trả lời. Thiếu sinh quân thì phải vậy. Tôi im. Ngơ ngác im. Tôi hoàn toàn không thể nào hình dung ra được những điều hắn phải trải qua như thế. Ngay cả cái từ ngữ thiếu sinh quân đối với tôi lúc ấy cũng đã lạ hoắc lạ huơ rồi, huống gì các sinh hoạt thuộc về một chốn dường như chẳng hề dính dáng gì đến đời sống tôi. Tôi thắc mắc hỏi lại. Chạy khơi khơi vậy đó hả. Hắn không trả lời. Lát sau hắn kể, có vẻ như không cần biết tôi có nghe hay không. Nhiều khi phải chạy từ bãi Thùy Vân ra Bãi Dâu. "Tụi nó" bắt chạy, chạy sống chạy chết, như thể sẽ không bao giờ còn dịp được bắt người khác làm những trò vớ vẩn ấy. Tôi hỏi tụi nào. Hắn lại im.

Năm ba phút sau, hắn chợt tiếp tục kể, hoàn toàn chìm đắm vào cái quá khứ hắn từng bảo là không bao giờ muốn nhớ đến. Tôi đã có cảm giác hắn đang ở trong một cơn mê, cơn đồng thiếp nào đó thì đúng hơn. Hắn chừng quên mất tôi ngồi ở phía sau, nên giọng hắn bỗng đanh lại, những âm thanh vang ra không phải là tiếng nói mà là tiếng rít, giữa hai kẻ răng:

- Mà thật, chẳng biết bây giờ tụi khốn đó đang ở đâu!

Tụi khốn. Bãi Trước. Bãi Sau. Bãi Thùy Vân. Bãi Dâu... Hắn cay đắng kể. Tôi nhẫn nại nghe. Nhưng nghe một hồi tôi bỗng đâm mệt vì không thể nào xẻ chia với hắn được điều gì. Tôi bật cười, hát trêu:

- Chiều đi qua Bãi Dâu, hát trên những xác người, hở?

Đang lao xao kể, thình linh từ phía trước hắn bỗng trở giọng khó chịu. Âm thanh bực bội gắt gỏng vang lên khá lớn:

- Không ưa Trịnh Công Sơn. Không khoái những loại nhạc phản chiến.

Sao vậy? Tôi lại ngạc nhiên. Hắn không trả lời. Hắn ư ư những gì tôi không rõ trong cổ họng. Thật tình lúc ấy tôi đã không thể nào hiểu nổi tại sao hắn có những phản ứng như vậy. Tôi nhắc đến nhạc, vì tôi biết hắn thích âm nhạc. Hắn chơi đàn guitare. Độc tấu. Rất hay. Tôi làm quen với nhạc cổ điển vì hắn, qua hắn. Lúc mới thích tôi, hắn đang tập đánh flamenco. Hắn bảo đánh chưa hay. Nhưng tôi nài nỉ, hắn cũng mang đàn đến chơi cho tôi nghe. Thỉnh thoảng, lại nhà tôi, hắn ngồi im lặng ngoài hiên đánh một lúc liền mấy bài. Bài nào cũng dồn dập, sôi nổi. Nghe, có thể tưởng tượng ra được những vũ nữ Tây Ban Nha đang xòe váy rộng, chân đập dồn, tay tình tứ vung quạt.

Tiếng đàn hắn, tưởng vui, điệu nhạc hắn chơi, tưởng vui, vậy mà lạ, cũng giống như giọng nói hắn, nghe như có điều gì uẩn ức, điều gì đó buồn không tả được.

Hắn có đôi mắt một mí mở lớn, với hàng mi dài và cong như mi con gái. Người ta nói đôi mắt là cửa sổ linh hồn. Mắt hắn soi rọi cả trời mù tăm, hiu hắt. Có nhiều lúc tôi quên mất rằng hắn chỉ lớn hơn vài ba tuổi. Trông hắn lúc nào cũng có vẻ nghiêm nghị, sầu khổ. Và cả khắc nghiệt nữa, đôi khi.

Hắn kể cho tôi nghe:

- Hồi đó cái ước ao duy nhất là mỗi bận hè về nhà, thì được ở nhà luôn, không phải trở lại nơi đó.

Nơi đó là nơi hắn phải học để làm lính, học tác phong quân nhân như hắn đã kể. Và hắn thường nói tuổi thơ của hắn hoàn toàn không có hoa có bướm. Tiếng cười cũng không. Hắn bảo chỉ có những kỷ niệm tàn nhẫn, đớn đau. Khác với tôi, anh em tôi, hắn không yêu mến mẹ. Hắn nói mẹ hắn hay mắng. Mắng cả ngày, và mắng đi mắng lại một điều cho đến chừng không còn hơi để mắng nữa mới thôi. Hắn nhăn mặt. Mắng như thế thì chẳng ai kính. Càng nghe hắn kể, tôi càng lấy làm lạ. Tôi không tưởng tượng nổi thế nào là mắng cả ngày. Mẹ tôi mắng, gọi con lên ngồi đối diện, mẹ mẹ con con ngọt như mía lùi, như đường phèn và trong chừng năm, mười phút, bà nghiêm trang "kể tội", rồi kết luận bằng câu, có thấy mình bị mắng oan hay không.

Vậy, rồi thôi. Mẹ tôi hay bảo ba tôi gọi cách mắng tới mắng lui mãi một điều là lải nhải.

Lần ấy, khi nghe tôi kể anh chị em tôi bị mắng như thế nào, hắn đã im lặng rất lâu. Về sau này tôi không thấy hắn nhắc đến mẹ nữa. Và nếu có trở lại đề tài gia đình, hắn kể sang chuyện bố. Hắn bảo bố hắn rất nghiêm khắc. Và xa cách với tất cả mọi người trong nhà. Giọng hắn trầm đục:

- Bố sống ở đây nhưng hồn gửi ở ngoài kia.

Ngoài kia, Hà Nội. Nam Định. Thái Bình. Hải Hưng... Với một mối tình không rõ như thế nào. Vào thuở Hà Nội, Nam Định, Thái Bình còn nghìn trùng, còn chia cách bởi vĩ tuyến, chuyện hắn kể vẽ cho tôi thấy hình ảnh một người đàn ông sống, có xác nhưng không còn hồn. Về sau miền nam mất, hắn bảo phần hồn ấy chừng cũng mất theo. Hắn nói có cảm tưởng bố hắn hiện diện trên mặt đất chỉ vì mỗI sáng thức dậy, thấy nhịp tim mình còn đập, và hơi thở còn trên môi.

Hôm chở tôi ngang trường Thiếu Sinh Quân, hắn hất hàm về phía ấy:

- Thuở còn học ở đấy, bị tụi lớp trên đánh hoài, về đến nhà, muốn ở lại, cũng bị đòn. Đòn nhừ tử.

Về chuyện bị đòn này thì hắn kể không phải chỉ một, hay hai lần, mà rất nhiều lần. Hắn căm ghét gần như tất cả mọi người trong ngôi trường có một không hai ấy. Từ thầy giáo. Đàn anh. Đến bạn bè cùng lớp, cùng phòng. Tôi chưa hề thấy hắn nhắc đến ai bằng giọng nói âu yếm, ngọt ngào.

Thật lòng mà nói, thuở ấy tôi đã chưa đủ khôn để nhận ra mức độ nghiêm trọng của câu chuyện hắn kể. Càng không thấu hiểu tính cách và tâm lý của một con người lớn lên trong một môi trường không bình thường. Nên khi nhìn thấy sân trường cũ đầy bóng mát nhưng nghe những câu chuyện kể chẳng có chút bóng mát nào trong tâm hồn hắn, thay vì im lặng như để tỏ sự thông cảm, để chia nỗi đớn đau, tôi lại cố kiếm một câu đùa tưởng có thể làm hắn dịu xuống.

- Chắc ở trường hư quá nên mới bị đánh phải không?

Nghĩ đùa cho vui, cho hắn bớt căng thẳng, không ngờ hắn nổi quạu. Hắn đanh giọng. Cay đắng nói tụi khốn đánh đàn em để thị uy. Ngồi phía sau, tôi đã mở thật to mắt nhìn vào lưng áo đẫm mồ hôi của hắn, rồi nhìn vào nơi hắn từng sống. Lòng tôi mù tăm tăm. Tôi có cảm giác cái thế giới hắn đã có mặt, tựa như chỉ có trong tiểu thuyết. Du đãng. Hay gì gì đó. Tôi mường tượng mãi vẫn không ra được cảnh hắn bị đòn mỗi ngày. Lại càng không thể hiểu nổi chuyện có người mẹ nào đó có thể đánh con với một cây gậy chống cửa, đầu vót nhọn. Hắn chua chát:

- Hồi nhỏ nghe hứa nếu học thật giỏi, xong tú tài, sẽ được về nhà luôn. Nhưng khi lớn lên, lúc sắp làm tú tài, thì biết chắc tương lai học thật giỏi sẽ ở Đà Lạt, dở hơn, ở Thủ Đức, và dở hơn nữa, ở Quang Trung.

Hắn tiếp, cả ba nơi, đều tối tăm mù mịt như nhau. Điểm dừng cuối cùng vẫn là chiến trường. Vẫn là cái chết.

Nghe đến đấy thì tôi bàng hoàng. Những gì hắn trải qua trong quá khứ, hoàn toàn chẳng thuộc về thế giới tôi đã đành, còn như ngoài sức tưởng tượng của tôi nữa. Những tháng năm đất nước chiến tranh, thân phận con người mỏng như vôi, cái chết cận kề từng giây từng phút. Nhưng mỏng là mỏng ai đó, cận kề với ai đó. Không bao giờ là với tôi, với gia đình tôi. Tôi đã sống như trong một vỏ bọc. Một con tằm nằm trong cái kén. Tôi không cách gì hiểu nổi tâm tư của những người phải đối đầu với tử thần hằng ngày thuở ấy. Càng không hiểu được sự sợ hãi, và nỗi cay đắng của hắn. Bởi chính bản thân hắn, hắn cũng đâu thấu hiểu được điều người khác bắt buộc phải làm khi sống trong những môi trường kỷ cương, kỷ luật như vậy.

Ngày còn học ở thiếu sinh quân, hắn chưa qua hết tuổi vị thành niên. Khi quen hắn, tôi cũng chỉ vừa xong trung học. Tôi nhớ tôi đã an ủi hắn bằng một câu hết sức ấu trĩ:

- Thời buổi này, có ước mơ nào ngày xưa được thực hiện đâu.

Hắn bật cười. Giọng cười ngậm ngùi, đắng chát:

- Nhưng dầu sao đi nữa thì Nga cũng đã có cơ hội được mơ, được ước những ước mơ tốt đẹp.

Những ước mơ ngày xưa của hắn thật buồn. Những ước mơ thật giản dị, bình thường; nếu không muốn nói, thật tầm thường. Được ở chung với gia đình, được thức dậy không phải từ lúc năm giờ mỗi sáng, được đi đứng như ý mình muốn đứng đi...

Thời thơ ấu của hắn thê lương. Thời mớI lớn của hắn não nề. Đến thời yêu tôi, thực tế và ước mơ càng thê lương hơn, não nề hơn. Gần như chưa bao giờ hắn có đủ tiền đưa tôi đi uống một ly cà phê. Đã vậy cái huyện lỵ miền đông xao xác ấy vào những năm mở mắt ra chỉ thấy khoai và củ, nhà cầm quyền cấm buôn bán, cấm quán hàng, càng không thể nào tìm ra một nơi có giấy phép kinh doanh để hắn hỏi mời tôi ly cà phê. Thỉnh thoảng khi được phép ba mẹ tôi cho đi dạo với hắn, hai đứa thường thả bộ dọc theo con lộ có những lô cao su cao ngất, khô khốc màu đất đỏ và đầy bụi mù lúc những chuyến xe đò liên tỉnh, xuyên Việt chạy ngang qua. Hắn nói với tôi, ở mãi cái xó xỉnh này, đến một lúc nào đó, mọi thứ, từ con người, tình yêu, cuộc sống, ước mơ..., rồi sẽ thui chột, đui mù đi. Hắn bảo hắn đang nuôi thêm một thứ ước mơ đội đá vá trời, ước mơ thoát khỏi chốn địa ngục trần gian.

Thường hắn hay đến nhà tôi vào buổi chiều, dạy cho em tôi đánh đàn và đàn cho tôi nghe. Những khi không độc tấu nhạc cổ điển, hắn hát đi hát lại một đôi bài tiền chiến. Chiều buồn len lén tâm tư. Với bao tà áo xanh đây mùa thu hoa lá tàn... Đôi khi nổi hứng tôi hát bè với hắn. Em tôi bảo tôi với hắn song ca "tình khúc thứ nhất" buồn thê thiết như những hôm không đủ gạo.

Tuy nhiên cuộc sống, giá mà dừng lại được ở đấy. Tôi và hắn, giá mà biết ngưng cái mối tình đầu dẫu không như truyện, không như mơ, không như tiểu thuyết, nhưng tôi nghĩ rất nên thơ ấy ở nơi đáng dừng như vậy. Thật, giá mà ngừng ở đấy, chắc có lẽ tôi giờ đây sẽ nghìn năm thương nhớ hắn, chắc có lẽ hắn sẽ muôn đời yêu quí tôi.

Tôi nhớ có lần hắn kể hắn yêu mái tóc dài của tôi ngay từ ngày đầu gặp gỡ. Sau đó hắn thêm, cho đến lúc ấy thì hắn vẫn chưa hề thấy người con gái nào có mái tóc đẹp đến vậy. Rất nhiều lần hắn đã xin được ôm một lọc tóc của tôi trong tay. Nâng niu như nâng niu báu vật. Dịu dàng bảo hương bồ kết lá sả lá chanh có thể làm ngất ngây, làm chết được lòng một con người. Và hắn hát, ngọc lan dòng suối tơ vương...

Mười tám, hai mươi tuổI, con người ta hay nghĩ ra những điều khùng điên, hay làm những trò khùng điên. Chẳng biết khi hắn nói với tôi như vậy, hắn có đang ở trong một cơn điên nào đó chăng, và tôi, cũng chẳng biết có điên hay chăng. Mà tôi và hắn lấy nhau. Lấy nhau vì yêu suối tóc, lấy nhau vì chưa bước qua khỏi tuổi xuân thì. Đêm tân hôn, tôi nhìn hắn trong bóng tối, không hiểu nổi tại sao mình lấy chồng. Hắn nhìn lại tôi. Ngơ ngác. Vuốt bờ vai trần của tôi, hắn kéo một lọn tóc đặt lên, rồi bảo thấy tôi lạ quá.

Tháng năm sau đó, tôi hết còn trẻ, hết còn mười tám đôi mươi. Hết còn những ứng xử nổi loạn, điên khùng nhất thời. Tôi trở mình già dặn hẳn ra trong bổn phận. Tôi loay hoay trăn trở tìm cách gầy dựng một mái gia đình. Tôi nhớ đến những ước mơ thời thơ trẻ của hắn, tôi cố tìm kiếm, cố lục lọi mọi lối, mọi con đường, để hắn và tôi có thể chung cùng.

Nhưng rốt cuộc tôi làm không nổi. Tôi thực hiện không được những điều mình nghĩ suy. Tôi và hắn không cùng lớn lên. Không cùng già đi. Cứ như thời mười tám, đôi mươi, hắn vẫn hát tình ca, vẫn yêu suối tóc, bờ vai gầy...

Nhưng hắn thôi không còn hát tình ca cho tôi. Không còn yêu suối tóc tôi. Đêm đêm tôi ôm con ngồi chờ tiếng gọi cửa, tiếng chân trở về nhà. Hắn đi tìm đồng cỏ ở bên kia chân đồi.

Vài năm sau, hắn thực hiện cái ước mơ đội đá vá trời. Hắn bỏ tôi đi thật xa. Tít xa. Tới một chỗ mãi nhiều năm sau tôi mới tới được. Khi gặp lại hắn, tôi nhận ra sự khác biệt giữa hai con người. Và nhận ra từ đấy, tôi sẽ bước đi một mình.

Nơi ấy, hắn có một bờ vai mới, tóc xõa mới. Tôi và hắn chia lìa nhau. Tôi dắt con qua cầu đoạn trường bằng những bước thấp bước cao, và đầy ngổn ngang đàng trước mặt. Hết còn trẻ, vấp, tôi ngã. Sóng soài. Đớn đau. Không cách gì gượng dậy nổi.

Nhiều lúc trong đời gồng gánh nuôi con, tôi quên bẵng mất hắn, dẫu tôi chẳng giận hờn cay đắng gì. Bởi tôi hiểu lẽ ra tôi và hắn không nên có mặt trong đời nhau như vậy. Và cũng phần nào đó, tôi không muốn nhắc nhớ đến những kỷ niệm buồn bã, chua chát đã trải qua cùng nhau.

Vậy mà lạ, bỗng dưng chiều hôm nay, một buổi chiều không có gì đặc biệt của những ngày sắp sửa bước vào tuổi năm mươi, khi không tôi lại chợt để lòng hoài niệm về cái kỷ niệm cũ rích cũ rang ấy với hắn. Bỗng dưng tôi lại nhìn thấy một hắn, thời yêu tôi. Một hắn, thời tơ vương suối tóc đen tuyền của tôi. Tôi tự hỏi không biết có phải vì tứ của cái truyện ngắn làm tôi chao lòng. Hay là tại tôi bắt đầu trở nên già nên bỗng đâm ra lẩm cẩm?

Tôi ngẩn ngơ. Cuối cùng, cuối cùng tôi tự nhủ, dẫu sao đi nữa, thì hắn cũng đã từng là nhân vật một thời của tôi. Dẫu sao đi nữa thì hắn cũng đã làm những điều dễ thương, nghĩ ra được những điều hết sức trìu mến. Và dẫu sao đi nữa thì hắn cũng đã xa xôi ngàn dặm trong tôi.

Tôi bỗng liên tưởng đến chuyện... tưởng niệm nhân vật của mình, như hoài một cố nhân!

Chỉ có điều là tôi không biết làm gì bây giờ. Vì thường để nhớ đến ai đó đã vĩnh viễn không còn hiện hữu, người ta có nhiều cách tưởng niệm; dâng một bó hoa, đốt một nén nhang, viết một bài văn tế. Tôi, tôi không bao giờ cúng kiếng, lại càng không biết viết văn tế, nên nghĩ mãi, vẫn chưa biết cách nào để tưởng niệm.

Chẳng lẽ chỉ nói nhớ đến khơi khơi vậy, rồi tống biệt, bỏ lại sau lưng bằng một nụ cười suông, thường là rất nhạt nhẽo của mình?

CÕI LẠ

Mãi cho đến lúc về tới nhà, cô mới nghĩ không biết có nên viết, hay không viết cho bố cái thư, báo tin mẹ đã mất. Dường như lâu lắm rồi, cô không thư từ gì với bố. Cũng không có ý định giữ liên lạc với người mà cô đang mang một phần huyết thống. Lúc đứng trong nghĩa trang, nghe ai đó hỏi, sao không thấy bố cô, cô cũng chẳng buồn trả lời hay đính chính điều gì. Cho chính mình. Cho bố. Hay cho mẹ. Sau lưng cô, cô biết chắc chắn người ta sẽ trách cô kỳ quặc, trách bố cô vô tình, và có lẽ cũng sẽ trách người đã khuất không có lòng tha thứ, độ lượng.

Nhưng cô mặc kệ hết mọi sự. Toàn thân cô mỏi mệt đến độ cô có cảm tưởng chỉ cần khuỵu chân xuống thấp một tí thôi, là cô có thể đổ nhào. Rời rã. Tan tành. Năm ngày liên tục hai bốn tiếng đồng hồ không hề dời chân ra khỏi bịnh viện, cộng thêm hai ngày tiếp theo chạy vạy một mình lo tang lễ, là đủ để cô không còn thần trí gì nữa. Cái thể xác vốn yếu đuối của cô hình như cũng đang chuẩn bị đình công, không muốn làm việc. Cả buổi sáng, từ nhà quàn đến nhà thờ, rồi từ nhà thờ ra nghĩa trang, người cô nhẹ hẫng, như đang bay bỗng trên mặt đất. Cô nói mà có cảm tưởng mình không nói. Cô trả lời mà có cảm tưởng mình không trả lời. Lao xao bên tai cô, những người bạn thân của cô, thỉnh thoảng lại nhắc nhở cô nên uống miếng sữa, hay ăn một tí gì đó...

*

Suốt trong thời gian lo đám táng cho mẹ, dường như cô không hề có một tiếng khóc. Không hề nhỏ một giọt nước mắt khi tiếp người thân của gia đình, bạn bè của mẹ, rồi bạn bè của cô. Trông cô hoàn toàn bình tĩnh, hoàn toàn dư dật sức mạnh để chịu đựng bất cứ điều gì xảy ra cho mình trong mọi tình cảnh, mọi thời điểm. Những lúc bị bắt buộc phải kể lể cho người nào đó nghe về những ngày cuối đời của mẹ, hay khi nói chuyện với người chăn dắt tinh thần, khi lo thủ tục với chính quyền, khi tiếp xúc với nhân viên công ty mai táng, nhân viên nghĩa trang v.v...; người ta có cảm tưởng như cô đã sắp xếp mọi việc một cách hết sức gọn gàng, thứ tự để không một sơ suất nhỏ nào đó có thể xảy ra. Như cô đã chuẩn bị tư tưởng lẫn tất cả mọi công việc cho lần mẹ cô ra đi vĩnh viễn thế này từ lâu lắm rồi.

Không ai biết, không ai ngoài cô, nhìn thấy một con người, không, một cái bóng thì đúng hơn, phất phơ chạy đi chạy về giữa những nỗi cùng khủng, hoảng hốt. Hoàn toàn chẳng có ai tưởng tượng ra nổi tất cả mọi động tác của cô đã chẳng khác gì những sự phản xạ có và không có điều kiện. Ngay chính cả cô, mà cô cũng không tưởng tượng nổi mình có thể ôm đồm hết ngần ấy việc, lo xong được hết ngần ấy cho mẹ, y hệt một cái máy như vậy. Ai cũng bảo sức cô chỉ có hạn, cô nên gìn giữ, cô nên nghỉ ngơi đôi chút. Cô đã gật đầu, đã nói vâng, đã cám ơn tất cả mọi người, nhưng rồi cô vẫn cứ tiếp tục chạy đi chạy về, tiếp tục chăm sóc từng li từng tí việc như thế cho đến lúc hoàn tất.

Mãi cho đến khi về tới nhà, khép hai cánh cửa lại, tựa lưng vào đó, nhìn sững nơi hai mẹ con cô đã từng sống một khoảng đời rất dài, cô mới bật ra những tiếng nấc nghẹn ngào. Mãi đến lúc ấy, cô mới bàng hoàng nhận ra rằng, từ đây sẽ chẳng bao giờ còn có mẹ bên cạnh, sẽ chẳng còn bao giờ cô có thể trông thấy mẹ lại một lần nữa.

Cô ngồi phệt xuống đất. Từng khớp xương, từng phần bắp thịt nhỏ của cô nhức buốt lên. Tê dại. Trước mặt cô tối đen. Đen kịt một màu. Cô thường nghe nói về nỗi cô đơn khi mất mẹ, nhưng cô không tưởng tượng ra được cái khoảng trống ấy lại to lớn và khủng khiếp đến như vậy. Như cô đang bước hụt ra khỏi mặt đất, rơi vào một không gian chơi vơi nào đó, và mất hẳn sự thăng bằng. Trước đây mẹ con cô vẫn nói với nhau về sự chia lìa. Cô nhớ mẹ hay đùa, khi cô còn mười lăm mười bảy, "mẹ chết, con ở với ai?". Và bạn bè mẹ, bạn bè cô, trêu mẹ bằng câu ca dao, mẹ đi lấy chồng... Vào những năm cô chưa đủ quyền công dân, chưa đi làm, cô hay trả lời mẹ, nếu mẹ chết, cô sẽ ăn nhờ ở đậu nơi viện mồ côi. Cô đã cười dòn dã với mẹ:

- Hoặc nếu không đủ tiêu chuẩn vào viện mồ côi, con sẽ ra ngồi ở góc phố, đeo một tấm bảng trước ngực "lạy ông đi qua lạy bà đi lại"...

Sau đó cô bắt chước giọng ca rầu đời của một ca sĩ, thỉnh thoảng vẫn nghe bạn bè của mẹ hát Karaoke trong những buổi tụ tập, "ợ ợ" lên mấy câu thật thảm sầu. Cô trêu mẹ:

- Con sẽ đổi một ít tiền lẻ để... thối lại cho người nào chỉ có tiền chẵn y như người ta ăn xin ở Việt Nam vậy.

Cô và mẹ đã đùa, đã giỡn với nhau nhiều điều hơn vậy nữa, như thể cái chết không thể nào tìm đến với mẹ, hoặc với chính bản thân cô. Như thể thần chết sẽ đi qua mọi con đường, nhưng chừa cánh cửa nhà cô lại, không gõ. Như thể, sẽ chẳng bao giờ có điều kém may mắn nào hiện đến để chia cách mẹ con cô. Và mặc dầu cả hai đã từng nhiều lần nói chuyện với nhau về việc một mai nào đó sẽ không còn ở chung với nhau nữa, nhưng thường vẫn là chuyện mai kia mốt nọ khi cô rời nhà, mang tên họ một người nào đó, có đời sống riêng tây khác, mái ấm khác, mẹ cô sẽ "xin phép" cô cho mẹ đến thăm mỗi cuối tuần để... dọn dẹp nhà cửa và trông nom con cái giúp cô. Mẹ nói:

- Hy vọng chồng của con sẽ không quá "trắng" để không chấp nhận điều này.

Trong ý nghĩ của cả mẹ lẫn cô, chuyện mẹ cô chết, hoặc mẹ đi lấy chồng, đều là huyền thoại. Mẹ cô hay bảo mẹ không còn trẻ đủ để khao khát bước đi thêm bước nữa. Và chưa đến nỗi già để cái viễn ảnh chết chóc đe dọa chính mình. Mẹ cô hay sắp xếp những kế hoạch sống và việc làm cho mai sau, khi về hưu.

- Những việc thiện nguyện đang chờ đón mẹ ở phía trước.

Mẹ cô thường khẳng định như vậy. Và không nhiều thì ít, bà đã chuẩn bị, sẵn sàng những tư thế dấn thân phục vụ. Riêng cô, cô vẫn nghĩ, cái ngày ấy chắc chắn là hãy còn ở tít tắp đâu đó, xa lắc xa lơ chưa thể nhìn thấy được. Và thỉnh thoảng thấy mẹ mặc một chiếc áo có màu sắc rực rỡ, hay trang điểm khá đậm nét, cô lại đùa bước chân mẹ hẵng còn dẻo dai, trái tim mẹ vẫn còn nhiều dịp để đập gấp, lỗi nhịp, trật... đường rầy.

Chết, mẹ chết. Bằng ý thức, bằng thực tế, bằng nỗi đau đớn thân xác lẫn tinh thần đang phủ trùm lên chính cô như vậy, mà cô vẫn không thể nào tin được. Cô vẫn nghĩ như mẹ đi chơi, đi đâu đó xa nhà...

*

Khi cô tỉnh dậy, đã quá nửa đêm. Bóng tối đen kịt trước mặt, làm lâu lắm cô mới nhận ra được mình đang ở đâu. Cô hơi ngạc nhiên vì không nhớ ban chiều mình đã chỗi dậy, rời ngưỡng cửa, vào phòng rồi vào giường như thế nào và từ bao giờ. Cái cảm giác đầu tiên của cô là bàng hoàng. Như không biết được cả điều đã xảy cho mình. Lát sau, cô mới dần dà tỉnh táo. Dần dà mới nghe những xúc cảm đau đớn trào lên. Nước mắt cô ứa ra. Lăn dài hai bên khóe. Chảy xuống cổ cô lạnh ngắt, nhưng cô không buồn gạt đi.

Chưa bao giờ cô tưởng tượng ra cảnh cô như thế này, một mình. Lúc chiều cô đã không cho bất cứ người thân hay người bạn nào về nhà với mình. Tự đáy lòng, cô vẫn muốn từ chối cái ý nghĩ mẹ sẽ không bao giờ trở lại. Cô không muốn nhắc đến một cái cõi, thường vẫn được gọi, âm ty, chốn vĩnh hằng, thiên đàng hay địa ngục... Cô không tưởng tượng nổi mẹ cô không còn ở đây, huống gì là ở những nơi đó. Cô nhìn sâu vào bóng đêm. Tai lắng tìm một tiếng động. Như tìm một cảm giác nào đó. Rồi cô tự ngạc nhiên với chính mình khi thấy lòng trống trơn một cách lạ lẫm; cố nghĩ mãi nhưng vẫn không hiểu tại sao ngoài nỗi xót xa bàng hoàng, cô chẳng thể than khóc vật vã như những người thân hay quen biết của cô đã khóc thương cha mẹ.

Cô trở dậy đi ra ngoài. Và trong nỗi đau nhức cùng tận ấy, cô bỗng sực nhớ đến một người ít khi có mặt, ít khi nghe tên trong những câu chuyện hằng ngày của hai mẹ con. Cô sực nghĩ đến cô còn có một người huyết máu nữa để cô nương tựa khi mẹ qua đời.

Cô không biết trong thâm tâm, mẹ đã nghĩ như thế nào về người từng đầu ấp tay gối của mình, nhưng cô thì hầu như cô đã quên lững bố, như chính bố từng quên lững cái bổn phận của mình đối với hai mẹ con cô. Cái cuộc sống vốn êm đềm và đằm thắm trong tình yêu của mẹ, như một bóng cây tỏa xuống mát rượi, khiến cô, ngoại trừ một vài trường hợp hiếm hoi nào đó, cũng không thấy thiếu thốn hoặc cần thiết sự có mặt của một người gọi là bố trong gia đình...

Cô thở dài, lần đầu tiên trong những năm sống xa bố, cô chợt nhớ đến cái dáng dấp xanh xao, vàng vọt cùng những ước mơ chẳng bao giờ thực hiện được trong đời của ông. Cô nhớ lúc còn sống với mẹ con cô, bố cô vẫn thường hay hứa hẹn, "mai mốt rồi bố sẽ...". Mai mốt. Sẽ. Bố luôn nói thế. Mà mãi đến khi lớn hẳn lên, cô mới thấy những cái "mai mốt" ấy chỉ có mình mẹ cô tin, hay giả vờ tin. Và những cái "sẽ" chỉ có mình mẹ cô đơm hy vọng, hay giả vờ đơm hy vọng. Cô nhớ phải mất đi một thời gian rất lâu, nỗi thẹn thùng khi tự tay điền giấy tờ cá nhân gì đó của mình -mà với mớ nhận thức ngập ngừng về con người, về đời sống, cô đã hết sức khó khăn trước khi đặt viết xuống cột "nghề nghiệp", "việc làm" của bố- mới biến mất đi.

Suốt một thời, và có thể là suốt một đời, những cột, những ô dính dáng đến bố, luôn luôn bị bỏ không, hay gạch chéo, đã làm cô phải mường tượng nếu mẹ là một người đàn bà vụng về, không biết bươn chải, lo lắng, thì chắc cả gia đình cô đã rơi vào những thảm cảnh khó lường.

Trong mắt cô thuở nhỏ, thường mẹ vẫn có vẻ là "bố" hơn là "mẹ". Những lo toan, gánh vác, những đảm đương tất cả mọi việc trong gia đình, kể cả những việc thuộc phận sự của bố, như vặn một con vít, đóng một cái tủ, hay sửa một cái máy, cái xe; những chở che của mẹ nhiều năm trên đời sống cô, là những chở che không thường tình bắt gặp ở những bà mẹ quen nấp cánh, nương tựa dưới bóng chồng. Những cứng rắn bắt buộc khi đảm nhận vai trò người đàn ông trong gia đình, những quyết định vượt tính cách nhi nữ, làm mẹ cô hoàn toàn khác hẳn những người phụ nữ cô nhìn thấy chung quanh.

Đôi khi ngẫm nghĩ về cuộc đời, cô vẫn tự hỏi, có phải chăng, đó chính là nguyên nhân đã đưa đến sự đổ vỡ, chia lìa trong gia đình cô. Là lý do khiến bố cô phải có mặt ở bên ngoài cuộc đời của cả mẹ lẫn cô hay không.

*

Cô thức dậy thật sớm, sớm hơn giờ giấc hằng ngày cô vẫn dậy, nhưng mắt và đầu cô nặng trĩu. Và cũng vẫn với cái cảm giác kỳ lạ đêm hôm trước, khi nhận ra không gian cùng khung cảnh chung quanh mình, lẫn những sự việc đã xảy ra, cô tự nhủ không được khóc nữa, nhưng rồi nước mắt cô vẫn rơi ra. Cô buồn bã nghĩ ngay đến việc cô sẽ phải đổi nhà, tìm một nơi cư trú nào khác để tránh nỗi đơn độc đang bám vào lấy mình.

Và cô cứ nằm mãi như thế cho đến lúc tiếng chuông điện thoại reo lên. Lúc nhấc máy, cô đã hết sức ngạc nhiên khi nghe giọng đàn ông:

- Khương đó phải không?

Cô đã khựng đi đôi giây vì kiểu nói thân mật của người ở bên kia đầu giây, nhưng cô hoàn toàn không đoán ra được là ai. Trong một khắc rất ngắn, cô đã nghĩ ngay đến bố, và khá mừng trong bụng. Tuy nhiên, cô không dám lên tiếng vội, bởi cô ngờ ngợ nhớ giọng của bố không phải như vậy. Cuối cùng cô cẩn thận nhỏ giọng:

- Vâng.

Phía bên kia, chừng như cũng có vẻ đoán ra được sự cẩn trọng của cô, nên hơi ngập ngừng trước khi nói:

- Khương nhớ chú không? Chú đây..., chú Vãng đây Khương.

Vãng, chú Vãng. Cái tên như một âm vang từ kiếp nào đó vọng về, khiến cô lại lặng đi trong đôi ba giây. Vãng, chú Vãng. Một cái tên nghe rất quen, nhưng không rõ từ bao giờ đã chẳng còn được nghe nhắc đến, không được kể lể. Một cái tên, một con người. Ai vậy? Cô hoang mang hỏi thầm. Và phải mất đi rất lâu, cô mới chọn ra được một câu hỏi để không dễ khiến người đàn ông bên kia nhận ra cô chẳng nhớ ông là ai:

- Chú đang ở đâu đấy?

Người đàn ông thở dài. Tiếng thở dài nghe rất áo não:

- Chú vẫn ở chỗ cũ Khương à.

Chỗ cũ. Là ở đâu? Gần hay xa nơi đây? Cô có từng biết cái chỗ cũ ấy của người đàn ông này chưa? Cô khổ sở lục lọi một địa chỉ, một nơi chốn. Không thấy, cô xốn xang băn khoăn như mình đi trong đêm đầy sương mù.

- Chú mới biết được tin tối hôm qua. Định gọi ngay cho Khương, nhưng chú nghĩ chắc Khương mệt và buồn, nên chờ cho đến sáng.

Cô làm thinh. Mệt nhọc nghĩ. Lại một người muốn phân ưu, muốn chia xẻ nỗi buồn cùng cô... Và dẫu không muốn, nhưng nước mắt cô chẳng ngăn được, vẫn ứa ra nóng ran. Bàn tay không cầm điện thoại níu trên tóc, tay kia áp vào ống nghe, lòng cô chùng xuống theo tiếng vo ve trong đường giây. Người đàn ông cũng im theo cô một lát rất lâu rồi nhẹ giọng:

- Mẹ đi có thanh thản không Khương?

Cô khẽ đáp lại "có ạ". Người đàn ông lại thở dài:

- Chắc chắn lúc đấy Khương có mặt bên mẹ phải không?

Cô vâng. Rồi đôi bên chìm vào một khoảng yên lặng ngắn. Cô có cảm giác người đàn ông muốn nói điều đó khác hơn những lời ông đang nói với cô, nhưng có lẽ ông bối rối không biết bắt đầu như thế nào. Phía cô, thật tình, cô cũng bối rối. Cô nghĩ thầm, nếu dẫu cho lúc này cô có nhớ ra ông, có nhận ra được là ai, nhưng sau bao nhiêu trời không hề liên lạc, tới lui, cũng không thể nào tránh được khỏi sự khó khăn lúc đối thoại với nhau, huống gì trong tình cảnh hiện tại. Cô buông bàn tay trên tóc xuống, bóp lấy trán, mắt ngước nhìn lên trần nhà, cố nhớ lại khuôn mặt cùng vài ba hình ảnh có dính dáng đến người đàn ông này để kiếm ra đôi câu trao đổi. Nhưng trí nhớ cô chừng đã lụn bại. Cái tên, vẫn còn vang lên được trong đầu óc cô lúc này như vậy, kể cũng đã là may mắn lắm rồi.

Cô nhỏ nhẹ:

- Mẹ cháu không đau đớn gì lắm như cháu tưởng.

Người đàn ông không nói gì. Cô mường tượng ra một dáng vẻ. Xong lại ngẩn ngơ chẳng biết người trong trí tưởng tượng của mình có phải là người từng hay lui đến nhà cô thời xa xưa nào đó, khi cô hãy còn rất bé chăng.

Người đàn ông, sau một lúc im lặng khá lâu, bỗng nói:

- Đêm hôm qua, nghe tin buồn về mẹ, chú chẳng ngủ nghê gì được cho đến gần sáng. Nằm lâu, trăn trở, năm mười phút gì đó chợp mắt đi, chú lại bỗng nằm mơ thấy lại con đường trước nhà của mẹ và Khương. Lúc ấy Khương mới vừa vào tiểu học đấy. Cái con đường thật đẹp, vì có nhiều ngôi nhà kiểu cổ, và chắc vì lúc nào cũng có đôi chút màu xanh dẫu là mùa đông, dẫu trời đổ tuyết đến trắng xóa cả hai bên lối đi, không biết Khương có còn nhớ nó không?

Cô mỉm cười:

- Có chứ chú.

Người đàn ông xao giọng:

- Cả cái chỗ đầu con dốc mỗi bận đưa Khương về học, trời có tuyết là Khương lại đòi trượt xe làm chú phải năn nỉ mãi nữa chứ?

Cô cười thành tiếng:

- Con dốc thì cháu nhớ, nhưng chắc là cháu quên mất cái thời thích làm khó người khác rồi.

Người đàn ông cười theo nho nhỏ:

- Ừ, hồi ấy Khương bé tí tẹo.

Cô buông câu đùa:

- Mà bây giờ, trừ cái đầu và khuôn mặt ra, thì chắc cháu cũng chỉ lớn hơn một tí thôi.

Giọng người đàn nghe rất trầm:

- Chắc tại khổ người của Khương gầy giống mẹ.

Vừa mới có thể trao đổi được đôi câu nhẹ nhàng, sự so sánh của người đàn ông bỗng lại làm cô bùi ngùi. Cô im re. Cô không nghe bên kia người đàn ông nói tiếp điều gì, nên lát sau, cô trở lại chuyện cũ:

- Lâu lắm rồi, từ thời dọn đến đây ở, là cháu cũng hết dịp qua lại con đường ấy.

Người đàn ông chép miệng:

- Chú cũng vậy. Lúc chú mới dọn nhà lên đây, cứ cố đi tìm một chỗ ở giông giống, tương tự, nhưng tìm hoài mà chẳng thấy. Sang đôi ba tỉnh khác, đi chơi, du ngoạn, thăm bạn thăm bè, chú cũng thường để ý xem có con đường nào đẹp đến vậy không đấy Khương. Nên có lẽ vì thế mà đôi lần, nghĩ ngợi về nó, chú đã nằm mơ. Nhiều giấc mơ đẹp lắm Khương ạ... Mãi cho tới đêm hôm qua... Đêm hôm qua, chú không biết có phải bởi vì đấy là lần đầu tiên chú nhận ra mình sẽ chẳng bao giờ còn cơ hội nào được thả bộ xuống con dốc, được nhìn ngắm những vòm lá màu xanh bất cứ thời tiết nào ở đó, hay vì chú tiếc nuối chú đã không dám trở về căn nhà, về con đường ấy một lần..., mà chú đã mơ một giấc mơ thật buồn, một giấc mơ thật ra chẳng có đầu đuôi, gốc ngọn, để bây giờ chú có thể kể cho Khương nghe như thế này hay không. Có điều cái giấc mơ làm chú não lòng. Chú có cảm giác chú đã đặt những điều chú ước ao, hoài bão, lên trên một cụm mây, hay một dòng sông nào đó, và đã để nó trôi đi mất hút...

Cô nín lặng, thở dài. Lần đầu tiên từ lúc bắt đầu nói chuyện với người đàn ông tên Vãng ấy đến giờ, cô mới khẽ buông ra một tiếng thở dài não nề như vậy. Cô không hiểu lắm nỗi lòng của người đang cầm giây nói phía bên kia qua những điều mình mới vừa được nghe, nhưng cô biết lòng cô đã rơi rớt xuống theo giọng bùi ngùi, buồn khôn tả ấy. Cô bâng khuâng tìm một lời lẽ dễ chịu. Tìm hoài không thấy, cô lại thở dài. Lần này, người đàn ông đang nói, bỗng chợt ngưng lại, hơi có vẻ hốt hoảng bởi tiếng thở dài ấy của cô. Ông vội vã:

- Chú xin lỗi. Chú xin lỗi Khương. Lẽ ra bây giờ không phải là lúc kể lể, hay nói những chuyện như vậy với Khương.

Cô chớp mắt:

- Không có sao đâu, chú. Cháu vẫn bình tĩnh nghe chú kể chuyện đây. Chỉ có điều cháu mủi lòng vậy thôi.

Bên kia im một lát, sau đó một giọng nghe buồn như tiếng chim gù lên giữa trưa hè cất lên:

- Chú có nghe kể cháu bình tĩnh lắm...

Cô lại làm thinh. Thể như cô chỉ gắng được đến đấy là kiệt sức. Hết hơi. Cô gần như hoàn toàn không biết phải nói tiếp chuyện gì với người đàn ông sau khi nghe ông nói câu ấy. Cô tự hỏi, không biết cái khoảng cách giữa cô và ông, nên đặt ra như thế nào cho đúng, gần bao nhiêu, xa bao nhiêu cho vừa. Cô suy nghĩ vội, rồi cô nói:

- Chú ơi, bây giờ cháu phải chuẩn bị đi làm tiếp một số công việc dở dang ngày hôm trước. Mai, nếu rảnh, chú gọi lại cho cháu được không?

*

Mai, từ đây đến mai, cô định bụng sẽ ghé lại nhà một người quen của mẹ, để dọ hỏi về mối liên hệ của mẹ và người đàn ông này như thế nào.

Nghĩ vậy, nhưng sau khi gác điện thoại, nằm yên nhìn lên trần nhà, tự dưng cô bỗng sực nhớ ra vài điều nho nhỏ có liên quan đến người đàn ông tên Vãng ấy. Ký ức cô, như thể tấm phim được tráng trong nước, dần dà hiện lên những hình ảnh, cùng đôi ba kỷ niệm mà trong suốt khoảng thời gian còn sống, mẹ cô đã không hề nhắc đến. Cô mang máng nhớ ra hình như chú Vãng cũng biết nấu ăn, biết làm bánh, và cô vẫn thường lẽo đẽo theo phá phách mỗi bận chú xuống bếp. Cô gác tay lên trán, cảm thấy khá thẹn vì đã không kịp nhớ ra người đàn ông từng đón đưa cô về học mỗi chiều, từng chăm sóc, lo lắng cho cô những lúc mẹ cô vắng nhà như vậy.

Cô hơi bối rối. Kéo hai tay xuống úp lên mặt, cô nằm băn khoăn nghĩ đến người đã hơn hai mươi năm không gặp lại ấy, cô thầm nghĩ, như thế, hẳn đã phải có một mối cảm tình khá sâu đậm giữa mẹ cô và người đàn ông này. Và rồi cô tự hỏi không biết trong khoảng thời gian dài đó, có lần nào mẹ cô liên lạc, hay nghe tin tức gì về chú Vãng hay không, cũng như chẳng hiểu mẹ đã nghĩ gì, đối đãi với chú ấy ra sao. Và rồi giữa hai người đã xảy ra điều gì, điều gì đến phải chia tay như vậy.

Lòng cô lao chao như một mặt nước bị khuấy động. Bình thường, cô vẫn nghĩ, mỗi con người, đều có một thế giới, một cõi riêng tư nào đó của mình. Lúc mẹ còn sống, thỉnh thoảng cô cũng có nghe mẹ nhắc đến cái cõi của bà, nhưng cô vẫn hay đùa rằng nó lạ hoắc, lạ huơ đối với cô. Bởi thật lòng, cô thấy mình đã chẳng thể nào hiểu được mẹ, hiểu được những nghĩ suy, những tình cảm sâu kín trong lòng mẹ, dầu mẹ cô không phải là người quá khó hiểu. Có đôi lần cô đã tự hỏi, chẳng biết ở bên trong trái tim mẹ, đã có những ai, những hình ảnh nào, và điều gì sáng, điều gì bị lu mờ.

Tự dưng cô cảm thấy chới với và hụt hẫng. Thấy tội nghiệp và thương mẹ xót xa. Lẽ ra, trong suốt những tháng năm mẹ chưa về bên kia cõi đời, thay vì phải tìm hiểu để cảm thông, để xẻ chia với mẹ một đôi điều nào đó, cô lại chỉ đứng ngoài nhìn vào những làn cửa khép, kín, hở, nhìn vào cái cõi riêng tây của mẹ bằng cặp mắt hết sức ơ hờ.

Lòng cô chìm xuống đến tận cùng. Cô trỗi dậy vào phòng mẹ, ngồi thật lâu trên bàn phấn của bà, đưa mắt nhìn chung quanh. Như cố tìm một chiếc chìa khoá để mở ra căn phòng bí mật.

Cô đau đớn tự hỏi cô có thể làm được điều gì khi đã quá muộn, và không biết mình có nên rời khỏi nơi này như vừa nghĩ đến lúc nãy hay chăng...

ĐÊM NHA TRANG

Nơi tôi đã đến, rồi về. Như khách, nhiều lần. Không khác gì với những thành phố từng ngang qua, từng ở lại, vậy mà không hiểu sao tôi vẫn thấy như mình luôn luôn thuộc về chốn đó. Bao giờ cũng thế, cứ bắt đầu ngay dưới chân đèo Cù Mông, có nghĩa từ Bình Định Qui Nhơn vô, hay mới ở lưng chừng đèo Ngoạn Mục, từ Đà Lạt Lâm Đồng xuống, hoặc khi xe vừa chạy khỏi địa phận Cam Ranh, từ Sài Gòn đổ ra, là lòng tôi lại nao lên, xốn xang không tưởng tượng được. Đến còn hơn cả khi tôi về lại thành phố chôn nhau cắt rốn của mình.

Sau này, để bào chữa, tôi nêu ra lý do, bởi vì Thuần đã sinh ra ở đó, lớn lên ở đó. Nhưng thật sự, cái tình cảm gắn bó của tôi với thành phố biển này, hoàn toàn chẳng phải bắt đầu từ lúc tôi yêu Thuần, mà trước đó, trước đó lâu lắm rồi. Lẽ ra tôi phải nói ngược lại, sở dĩ tôi yêu Thuần, bởi vì anh là người của Nha Trang mới phải.

Tôi đến Nha Trang, ở Nha Trang vào thời điểm đài truyền hình cho biết nhiệt độ ngự trị thành phố đã lên trên con số ba mươi. Trời không có mây. Không mưa rào. Cũng không cơn giông nào lạc loài qua đây. Vậy mà lúc vừa ở Giã qua đến Thành, lúc tôi đang run chao người dõi mắt đếm từng cột cây số nằm bên đường, bỗng thình lình, một cơn mưa đổ ập xuống trước mặt như thác lũ. Mưa to, mưa mà không hề có dấu hiệu nào báo trước. Cũng không hề chuyển trở gì cả. Đến nỗi người tài xế dầu đầy kinh nghiệm đường trường như thế, mà vẫn không đoán ra được. Ngồi cạnh cửa sổ, nhiều người kéo kính lại không kịp, đã bị ướt sũng cả một phần vai. Trời tối sầm như mực. Dự báo thời tiết trật lất. Mưa hoan hỉ, cùng mưa phẫn nộ, rơi xuống mặt đường lộp độp!

Mưa to. Mưa lớn hột. Mưa làm mặt đường ướt trơn như mỡ. Chiếc xe chạy lên con dốc,không cao lắm, vậy mà bỗng trở nên nặng nề. Tôi lại đưa mắt nhìn ra ngoài, nhưng chẳng thấy được gì ngoại trừ một màn nước trôi trượt trên cửa kính.

Tôi sốt ruột hỏi lên phía trên, liệu có thể trời sẽ mưa mãi như thế này hay không. Người tài xế, người đồng hương duy nhất của tôi trên chuyến xe, đáp mùa này mưa chỉ thoáng đến thoáng đi. Nhưng tôi vẫn không yên tâm. Tôi ngay ngáy lo mình sợ sẽ không được ngắm, không được nhào ra đường nhìn cho rõ Nha Trang khi đã vào trong thành phố. Và rồi tôi nghĩ đến hai mươi bốn tiếng đồng hồ nằm trong khách sạn, không biết làm gì cho hết ngày, không phim không ảnh, không thứ giải trí, tiêu sầu nào xem được. Đã vậy, đài truyền hình Việt Nam vốn có thể xếp vào loại dở nhất thế giới, truyền hình tại tỉnh nhỏ càng nghèo nàn, buồn tẻ đến dường nào.

Tôi ngay ngáy lo. Chắc thế nào rồi nỗi cô độc cũng sẽ giết tôi chết mất! Nhưng tôi lầm. Lầm to. Bởi vì mưa chỉ lẩn quẩn ở Thành. Ồn ào. Dữ dội. Như cuồng phong. Vậy mà mới chỉ vừa mới thấp thoáng nhìn thấy cầu Xóm Bóng từ phía xa xa, có nghĩa trung tâm thành phố Nha Trang vẫn còn tít tắp, đã có thể nhận diện được mặt đường hoàn toàn ráo hoảnh, đèn điện sáng hưng hức trên những trụ xi măng từ các thành cầu. Cầu Xóm Bóng dài, dẫn qua Tháp Bà, không sáu vài mười hai nhịp nổi tiếng như Trường Tiền, không nhiều huyền thoại như Long Biên, không tân kỳ mới mẻ như cầu Bắc Mỹ Thuận, nhưng tôi chấm cho điểm cầu Xóm Bóng cao nhất nước. Và tôi đội lên cho chiếc mão trạng nguyên. Lần trở lại này, tôi vẫn không hề thay đổi ý kiến. Tôi nhớ có lần đã nói với Thuần về điều ấy. Và Thuần đã phì cười.

Anh bảo dẫu cho anh là người của phố biển, anh sinh ra và lớn lên ở Nha Trang thật, nhưng không cách gì có thể đồng ý với tôi một cách "blind" như thế. Tình cảm vặt như thế. Tôi nói tôi thích mặt cầu tráng xi măng, và thành cầu không cao lắm khiến tầm mắt có thể trải rộng trên những quang cảnh thoáng mát ở hai bên. Cầu Xóm Bóng hội đủ các "điều kiện ắt có và đủ" ấy, nên với tôi, nó đẹp nhất Việt Nam. Tôi nhớ, lúc tôi hăng hái biện hộ như thế, Thuần đã giữ nguyên nụ cười hiền hòa trên môi. Chao ơi, cái nụ cười! Cái nụ cười không cách gì quên được ấy, đã khiến tôi quắt quay đau đớn khi về đến quê hương anh -tôi cứ gọi như thế, mặc dầu Thuần dân bắc kỳ di cư chính cống, dính dáng lung tung xèng với mấy cái họ đạo không nói giọng miền nam trung phần ở thành phố này.

Đêm đầu tiên tới Nha Trang, vừa cất xong hành lý, là tôi bổ nhào ngay xuống con đường ngày xưa chỉ có hơn mười ngôi nhà sang trọng, mang cái tên Biệt Thự ngộ nghĩnh, dễ thương, thời buổi "kinh tế thị trường", đôi ba khách sạn, vài quán cà phê internet, dăm chỗ bán hàng lưu niệm..., không phải vô cớ bỗng mọc thêm lên, trông hết sức lạ lẫm. Tôi đã đứng lặng yên ở một góc ngã tư, trong phía bóng tối hơi nhờ nhờ, thở ra thở vào thật sâu, nhìn quanh quất, như thể lần cuối, lần đầu. Và không tưởng được, trời ơi, tôi đã nhớ Thuần đến khóc lên được. Đến phải đưa cả hai tay lên chận ngang cổ, ngăn mãi để không cho cơn xúc động trào lên. Tôi đã nhớ Thuần một cách ồn ào, chao động. Cái nỗi nhớ chằn chéo, như chỉ muốn trái tim tôi thắt nút lại, đớn đau.

Bổ nhào ngay xuống đường như vậy, nhưng sau đó tôi chẳng biết làm gì ngoại trừ việc đứng nghẹn thở ở góc tối trong một lúc rất lâu, nhìn quanh quất. Lòng tôi nếu dùng được chữ, muối xát, có lẽ cũng vừa. Tôi đơn thân độc mã chiến đấu với những điều không có tên, với những kẻ thù vô hình, mà tự ái không cho phép nhận mình lẻ bạn, thân côi..., mãi sau cùng, nhờ vài cơn gió mát rượi đi qua thổi tung được cả những chiếc lá vàng nằm sấp dưới mặt đường, phả vào mặt tôi chút hương đêm mang vị biển, tôi mới lấy lại sự yên tĩnh. Tôi đi qua đi lại, từ đầu đến cuối con đường chưa từng một lần đi qua với Thuần, chưa hề có kỷ niệm riêng tư nào cả với anh, nhưng con tim vô lý chốc chốc lại gào lên, nơi chốn cũ của hai đứa! Tôi đi, nhìn ngắm từng lề đường, từng nhành cây, từng cổng nhà ai đó. Và tôi đã tạ ơn trời, bởi ngôi nhà thờ tôi biết ngày xưa, vẫn còn nằm nguyên ở vị trí nó từng hiện diện trong ký ức tôi. Tôi thầm cám ơn đời, vì thấy chừng như mình đã không bị đẩy dạt về phía nào đó ở Nha Trang như tôi từng cảm thấy ở Sài Gòn, ở thị xã quê tôi. Con đường Biệt Thự, cho dù có chút ít thay đổi nhưng không nhiều lắm, nên khi nhận ra được dăm ba nét quen thuộc, vài đôi chỗ tôi từng ngang qua, tôi yên lòng!

Tôi nhớ có lần chỉ vì câu chuyện ngôi nhà dòng Chúa Cứu Thế ngoài bãi biển đã bị người ta trưng dụng sửa sang lại thành khách sạn từ những năm đầu thập niên tám mươi, rồi sau này còn sửa đi sửa lại nhiều lần đến khó có thể nhận ra được bộ mặt chính của nó ngày xưa, mà nguyên buổi chiều, tôi và Thuần đã lẩn quẩn, hoài niệm mãi về Nha Trang. Tôi có tấm hình đứng trước cửa khách sạn Hải Yến, cái khách sạn soán đoạt ngôi nhà dòng, được chụp từ trước khi rời nước. Tấm hình rõ, đẹp, có thể nhìn gần trọn hết quang cảnh phía trước, và một phần dãy hành lang sâu. Khi tôi đưa cho Thuần xem, Thuần lặng người. Anh kể cho tôi nghe từng có một thời gian rất dài, anh ước mơ được trở thành linh mục, được đào tạo tại nơi mà người ta đã chiếm cứ này. Trông Thuần có vẻ hết sức đau đớn lúc chỉ cho tôi thấy những chỗ trên hình người ta cạo sửa một cách hết sức hồ đồ, để biến nơi tu hành thánh khiết thành chỗ ô uế nhất, tồi bại nhất.

Tôi nghĩ trong đời một con người, có lẽ chỉ cần cái ước mơ nào đó của mình bị treo cổ, bị hành quyết một lần là đủ vật và vật vờ cho đến tận ngày lìa thế gian. Vậy mà Thuần của tôi, còn phải chứng kiến ước mơ mình tức tưởi dẫy chết nhiều lần. Lần ấy, tôi là người vực anh dậy, bắt anh nhìn lại cảnh người ta ám sát ước mơ anh.

Tôi về Nha Trang. Nha Trang biển rộng, người yêu không có đây... Tôi một mình lang thang xuống con đường nhiều quán hải sản nổi tiếng, đi dọc bờ biển chờ trăng lên. Trăng lên, treo lấp lửng sau những hàng dừa thấp, đầy trái, tưởng như chỉ cần với tay là có thể sờ soạng được mặt chị hằng. Đi mỏi chân, tôi tìm một chỗ ngồi nhìn ra biển. Không tưởng tượng nổi, và cũng không dám tưởng tượng, chẳng biết có Thuần ở nơi này, chúng tôi sẽ làm cái trò khỉ gì. Trăng và đèn hòa lẫn vào với nhau trên những con sóng nhấp nhô trong tầm mắt tôi. Biển tình tứ rì rào. Tôi bó gối lắng nghe tiếng thở của chính mình lẫn trong tiếng sóng vỗ. Vừa muốn được bi thương khổ lụy, thở than, "người ở phương nào người có nghe xôn xao?" như câu thơ của Du Tử Lê, vừa không dám để lòng mình trĩu xuống. Người tôi băng cứng. Ngôn từ nhiều lắm, cũng chỉ diễn tả được, đơn độc, lẻ loi, buồn, sầu tủi, ngậm ngùi. Tôi nghĩ đến việc thiếu phụ vọng chồng thảo nào đã hóa đá.

Đêm thứ hai, sau một ngày lăng quăng ra Hòn Chim Sẻ, Hòn Mun cho biết, tôi về nằm gục đầu trong khách sạn. Nhân viên khách sạn khoe Hải học viện đã được xây lại, nước vẫn trong veo như ngày xưa, nhưng đẹp hơn, khang trang hơn, và hỏi tôi có muốn đi tiếp hay không. Tôi đáp sáng nay tôi đã thấy khối kiến trúc trông giống như cái mũi tàu nằm khuất sau bờ đá, lúc đứng trên boong thuyền máy nhìn vào đất liền. Cô gái hỏi lại tôi có đi hay không. Tôi ậm ừ không trả lời. Nha Trang của tôi, của Thuần, y hệt như những nơi có khả năng dụ dỗ khách du lịch, đã sửa sang nhiều, nhưng dầu sao tôi cũng còn nhìn ra được một vài nơi, thành phố phần nào đó vẫn còn giữ được vẻ yên lành, hiền hòa -cái yên lành hiền hòa tôi đã bắt gặp từ mười mấy năm trước, tôi không muốn bị rơi vào trạng thái bàng hoàng nếu như phải chứng kiến một đổi thay nào đó thái quá. Nên khi cô thêm một lời chào mời, tôi khoát tay, mỉm cười.

Hải học viện, Hòn Chồng, Tháp Bà và đôi ba chỗ nữa, nơi mà nhân viên kách sạn "dụ khị" tôi làm tiếp cuộc hành trình thứ hai, thật sự, tôi cũng muốn về nhìn lại những nơi mình đã từng đến ngày xưa, những chốn mà Thuần và tôi đã cùng muốn về. Nhưng tôi sợ. Hôm qua, nhìn thấy được cầu Xóm Bóng, bắt gặp lại được cái cảm giác hồi hộp quen thuộc những năm trước, thấy hàng dừa vẫn còn dọc bờ biển, thấy bảng tên con đường Yersin vẫn còn nguyên vẹn như cũ, và sáng nay xe chạy một vòng ngang qua khu chợ Đầm, dẫu không nhận ra ngay khu chợ tôi và Hà từng qua lại nhiều lần ngày xưa, nhưng không cần ai chỉ vẻ, không cần ai nói đến cái tên chợ, là tôi đã thấy hài lòng lắm rồi. Tôi đã yên chí mình được về tới nơi rồi.

Trước khi đến Nha Trang, tôi sợ trời mưa. Vậy mà lúc nằm yên trong phía bóng tối, nhìn ra một góc cửa sổ, nghe tiếng rỉ rả, lách tách bên ngoài, lúc đầu tưởng trời mưa đêm, mãi sau mới nhận ra dòng nước thải từ chiếc máy điều hòa không khí rơi xuống một nơi nào đó, tôi lại hơi thất vọng. Tôi đã bỗng dưng thèm một cơn mưa nào đó về ngang qua thành phố. Tôi chợt nhớ chừng như lâu lắm rồi, tôi không được nghe tiếng nước trời rả rích trên mái tôn. Không được nằm xoải người cách biếng lười. Và không có cả một bóng hình để nhớ thương sâu đậm như vậy. Tôi tiếc ngẩn ngơ.

Vì vậy nằm một hồi, tôi bật vùng dậy cách dữ dằn, hất tung tấm chăn mỏng sang một bên, vơ vội bộ quần áo vất bừa bãi trên giường bên cạnh -ôi đời, tôi đã phải trả tiền phòng cho hai người, mà chỉ xử dụng chiếc giường bên kia để vất quần áo như thế! Lao tới lấy thêm xâu chìa khóa, cái xắc tay, rồi bươn bả xuống đường. Nhân viên khách sạn chặn tôi lại, hỏi thêm lần nữa tôi có đi chơi ngày mai. Tôi lắc đầu. Gửi xâu chìa khóa cho nhẹ. Nghĩ thầm, giá mà mình cũng có thể vất luôn tấm thân đi một nơi nào đó cho nhẹ, thì khỏe biết mấy.

Nha Trang đêm đón tôi xuống đường. Điện đóm sáng trưng. Tôi chọn một lối không sáng, không tối để giữ gìn an toàn cho mình, rồi tản bộ xuống bãi biển. Trời không có gió. Nhưng dễ chịu. Chỗ tôi ngồi trông ra ngoài khơi có những con sóng lấp lánh ánh đèn. Tôi ngồi, tựa cằm lên đôi bàn tay để vòng trên gối. Cái tư thế ngồi, chắc buồn ơi là buồn. Nên một chú nhóc bán hàng rong khi lân la đến mời tôi mua, bỗng bắt chuyện:

- Cô ra đây một mình thôi hả?

Tôi mỉm cười gật đầu, nhưng đùa thầm. Tôi một mình và một bóng. Thêm một ảnh và một hình. Trong tim. Y như ngôn ngữ cải lương. Chú nhóc ngó lại tôi:

- Vậy thì buồn chết.

Chú nhóc nói. Giọng nhẹ như sương. Giọng người Nha Trang, chữ chết, âm hưởng nghe không chả chớt như người miền nam, không não nề như người miền ngoài. Không chớt, cũng không chếch, mà chết. Buồn, đúng là chết. Chỉ có chết. Chết thật. Chết kiểu Nha Trang ngày về mình tôi trên bãi khuya. Tôi cười:

- Bộ buồn rồi tự tử hay sao mà chết hả em?

Chú nhóc quơ tay trong không:

- Năm ngoái có người tự tử chết thiệt đó cô. Nghe nói tại vì buồn.

Tôi làm bộ trố mắt:

- Ở đâu?

Chú nhóc chỉ tay về phía bóng tối, đường ra phi trường:

- Dưới kia.

Tôi rụt vai. Vậy sao. Và nghĩ thầm, không hiểu thiên hạ buồn đến cỡ nào mà có thể đủ can đảm để tự tử như vậy. Còn tôi buồn, cái buồn dằm thắm vào từng mảng da thịt, vào tận xương tủy, vào mọi ngõ ngách, tế bào. Nhưng tôi sợ... đau. Còn sợ sa hỏa ngục, sợ Chúa phạt sau khi tự tử. Nên tôi chỉ thèm làm một cái gì đó khác với những lẩn quẩn cưu mang xưa nay (mà chừng như điều đó cũng vượt lên trên sức của tôi thì phải). Tôi quay lại phía chú nhóc, mua miếng thịt bò khô. Chú nhóc cam đoan với tôi giá cả rất phải chăng. Tôi cười:

- Tôi biết. Tôi chấm cho Nha Trang đẹp nhất nước, dân Nha Trang làm ăn lương thiện nhất nước.

Chú nhóc lại cam đoan. Con nói thiệt. Tôi cười, lơ mơ nghĩ đến Thuần. Giá có Thuần, chắc tôi sẽ rủ anh nhậu. Một con dân của Chúa, một ông linh mục mộng không thành như thế, có lẽ chỉ chừng bốn ly congac là tiêu đời. Nhưng bất giác tôi kêu lên, mà Chúa ơi, có Thuần, tôi đâu cần phải nhậu! Có Thuần, tôi đâu cần phải nhờ đôi ba ly rượu mới ngủ sâu!

Có Thuần, tôi chỉ cần úp mặt vào vùng ngực rộng, thơm ngát mùi muối biển ấy. Có Thuần, tôi chỉ cần tựa đầu lên cánh tay nồng nàn như hương thanh long ấy. Là đã đủ để tan thành bọt biển, đã thừa sức xỉn mất rồi. Chao ơi, Thuần ơi! Tôi muốn kêu lên, có nhiều khi người ta đã say khướt vì bao nhiêu thứ, mà không vì rượu, không vì bia!

Chú nhóc ngồi vẩn vơ với tôi một hồi, bán được thêm cho tôi một xấp bưu thiếp, chào từ giã, đi về phía đông người. Còn lại một mình, giữa biển trời bao la, tôi ngồi nhậu thịt bò khô với Seven Up. Hai thứ thức ăn và đồ uống trái khuấy, vô duyên đi chung với nhau, như cuộc đời vô duyên của tôi và người đàn ông tôi yêu đã không thể chung cùng. Miệng môi tôi nhạt thếch. Tôi loay hoay dăm ba phút, rồi đặt cả hai thứ xuống cát. Lát nữa, tôi sẽ đi tìm một chỗ để vất. Lúc nãy tôi có nhìn thấy một thùng rác công cộng đâu đó. Tự dưng tôi muốn bật cười. Lại nghĩ đến chuyện giá mình cũng vất được những nỗi đau thương thỉnh thoảng gặp cơ hội vẫn trỗi lên cách dễ dàng làm tím tái được cả ruột gan...

Sau đó, tôi lại trở về với cái ý nghĩ, cũng thuộc loại giá mà của mình. Đại khái, giá mà chết được thì đỡ phải sống, giá mà điên được thì đỡ phải tỉnh! Tôi nhận ra Thuần của tôi mộng không thành, dừng chân đâu đó bên kia bờ đại dương, làm lại cuộc đời, tôi mộng không thành, chẳng làm lại được thứ gì, càng không dám mua chai thuốc chuột uống cho rồi đời, mà cứ đôi ba năm về thăm nhà, lại giở chứng điên chứng khùng, lại mất công mất sức, lại khi xe lửa, khi máy bay, ngẩn ngơ về cái thành phố biển yêu dấu của anh, ngồi gục đầu vào gối, thở than, Nha Trang ngày về, mình tôi trên bãi khuya...

Gần nửa đêm, chú nhóc quay trở lại hỏi cô có về không. Tôi gật. Có người đưa về dưới ánh trăng sáng vằng vặc, nhưng không là kẻ thỉnh thoảng vẫn hiện ra quấy động đời sống tầm tầm của mình, dưng không tôi cứ muốn chảy nước mắt.

Tôi nghĩ thiên hạ có thể yêu một năm, hai năm, ba năm. Hay có thể cả đời. Tôi không biết tôi yêu Thuần được bao lâu, mà cả lòng tôi xao xác mãi một lối về, một con đường, một thành phố.

Và giữa đêm tối, tôi bỗng bật ra cái tên gọi. Tôi kêu lên Thuần ơi.

Chú nhóc đang đi, chợt dừng chân, quay lại nhìn tôi, rồi nói, con không phải tên Thuần cô ơi.

SẦU XƯA THỨC DẬY

Sầu xưa thức dậy trên vai nhỏ
Về ướt lòng tay nửa tiếng cười
Nhã Ca

Một lần, cô hỏi nếu đi được, thì anh muốn định cư ở nước nào. Anh đáp:

- Chắc anh sẽ xin đi Hoa Kỳ.

Anh là người mà cô thích ngày vừa mười sáu tuổi. Mười sáu tuổi, hồn trong như vạt nắng, tinh khôi như hạt mưa, thích, mà chẳng biết vì sao mình thích. Cũng không hiểu gì về người ấy, từ tính tình cho đến sở thích, từ tâm tư cho đến nhận thức. Nhưng bởi thích, nên chỉ cần loáng thoáng thấy bóng anh trên hành lang, nghe tiếng đàn anh vọng ra từ phòng khách, lao xao tiếng ai đó nhắc đến tên anh, là tim đã muốn nhảy ra khỏi lồng ngực, chân tay đã run lên như đứng trong gió lạnh. Và ngoại trừ những điều nghe... lóm từ mấy ông anh lớn trong nhà nói với nhau, chẳng hạn như anh học giỏi, con một ông quan ba, nhà ở "đâu đó" dưới phố, thì theo kiểu nói thời bấy giờ, anh là "một tinh cầu hoàn toàn xa tít tắp" đối với cô.

Mười sáu tuổi, thích anh, nên cô bỗng đâm ra mê... văn chương. Ban đầu cô cặm cụi chép những bài thơ, những trích đoạn của các thi, văn sĩ nổi tiếng vào một cuốn vở thật đẹp. Thời gian sau, cô tập tành viết lách. Viết nhật ký. Rồi đoản ngắn, đoản dài. Cuối cùng là... làm thơ. Và từ nhật ký, cho đến văn thơ, "thể loại" nào cũng non dại, ngô nghê, nếu không... copy ý tưởng của người khác thì cũng là "hàng nhái" khi đọc lên cứ thấy như nghe ở đâu đó rồi; là những "tác phẩm" chẳng bao giờ dám đưa cho ai coi, cũng không dám ghi tên, đề tặng cho anh, được cất dấu kỹ lưỡng cuối đáy tủ, giữa những chồng sách vở vì sợ lũ em "dòm ngó", tò mò lôi ra đọc và đem đi... méc mẹ, tuy nhiên có thể nói đó là những dòng chữ, những bài thơ ươm đầy thương yêu, và nặng trĩu tâm tư cô.

Ngày ấy nhà cô đông như kiến. Nhiều con, nhưng ba mẹ cô lại còn mang về một mớ cháu chắt lo cho ăn học. Bên cô, bên cậu, bên nội, bên ngoại đều có. Cô biết anh vì anh là bạn thân của ông anh con cậu. Hai người học chung với nhau từ năm đệ ngũ. Khi lên đại học thì cùng với những ông anh khác của cô khăn gói rời thị xã vào Sàigòn, ở cùng chung một nhà trọ. Người học Văn Khoa, người học Minh Đức, người học Khoa học, người học Phú Thọ... Hè, Tết kéo nhau về thăm nhà thì lại tụ tập, tán gẫu, đàn hát.

Sàigòn với cô thuở ấy là chốn mơ hoa. Chưa được sống ở đô thành, chưa đủ tuổi để vào đại học như các anh, cô và lũ bạn hay mơ màng về những buổi chiều lãng mạn *"em rời thư viện* đi *rong chơi. Dưới* đôi *vòm cây ủ yên tĩnh..."* (Tô Thùy Yên), đứa nào cũng ước ao về những "chàng tuổi trẻ tóc bay", những chiều thảo cầm viên, những "Duy Tân cây dài bóng mát", Nguyễn

Bỉnh Khiêm vàng lá me bay, rồi những Tự Do, Nguyễn Huệ lộng lẫy. Sau này khi ôn lại chuyện cũ, nhiều lúc cô phải phì cười, vì hầu hết những chuyện của mấy ông chỉ lẩn quẩn ở những quán cà phê, loanh quanh ở quán nước, chuyện theo em nọ làm đuôi em kia, chuyện đi đánh bi da chỗ này, long rong chỗ nọ, vậy mà dưới con mắt lũ học trò tỉnh lỵ tụi cô ngày ấy như lấp lánh muôn ngàn ánh pha lê.

Anh đàn và hát rất hay. Không như mấy ông anh cô chẳng chơi ra hồn một khí cụ nào, thì anh hay độc tấu guitare nhạc cổ điển, hát và đệm những ca khúc tiền chiến lãng mạn như dân chuyên nghiệp. Tài hoa anh khiến trái tim mười sáu tuổi của cô chảy tan ra thành nước. Cô đã để lòng nhớ thương anh mòn mỏi dầu không bao giờ dám thố lộ cùng ai, kể cả những đứa bạn thân nhất của mình. Cũng không dám nghĩ đó là tình yêu, hay "hình như là tình yêu", và càng không đủ... cải lương để nói "con tim có lý lẽ riêng của nó". Bởi vì tình yêu trong trắng và thánh thiện cô dành cho anh thuở ấy là tình một chiều. Anh đã có bạn gái. Là chị của một "thằng" bạn học cùng trường.

Thuở "tập làm thơ yêu...anh", cô vẫn còn ở lứa tuổi bị cả nhà cấm không cho phép đứng nói chuyện riêng với tên con trai nào, nên chỉ dám nhìn... lén anh sau lưng, chạm mặt chỉ dám lí nhí cúi đầu chào. Kể cả lần duy nhất được ông anh lớn dẫn đi uống cà phê cùng với anh, ngồi đối diện anh mà cũng chỉ dám ngó... bàn tay anh đặt vòng trên ly nước, ngó từ cổ áo chemise của anh xuống đến mặt bàn mà thôi.

Nhưng những kỷ niệm mỏng manh như tờ giấy, ít ỏi đến không đủ đếm trên đầu ngón tay ấy, những đoạn văn, những bài thơ làm cho anh còn chưa kịp chín, chưa kịp có thể gọi là... thơ, là văn, thời cuộc đã trở nên tao loạn, mỗi người đã một phương trời. Gia đình anh không biết đi đâu, còn gia đình cô thì về một huyện lỵ. Sáng sáng chiều chiều của cô đã không còn hồn nhiên phố xá với bạn bè, không còn quán nọ, hàng rong kia, mà hai chị em cô phải lui cui xuống bếp đốt rơm thổi lửa, nấu nước nấu cơm cho cả nhà. Cô làm lọ lem. Con em gái làm lọ lem. Cả nước cùng lọ lem. Cuộc đời khoai củ nghèo nàn, cái huyện lỵ điệp điệp trùng trùng những cánh rừng cao su ấy càng như muốn đốt và hủy diệt toàn bộ hoài bão cùng mơ ước của cô.

Cơ hồ một nhánh cây già không trổ lộc, ngày ngày cô buồn bã ngồi nghe tiếng còi tàu về sân ga, lòng xao xác không biết mình đang ngóng đợi điều gì. Tuổi hoa niên của cô tàn lụi giữa những tiếng loa phóng thanh của phường, những buổi họp bình bầu ở trường, ở khu phố. Cô đã tưởng chẳng bao giờ còn có dịp gặp lại anh lần nữa trong đời, nhưng thật bất ngờ, anh bỗng dưng xuất hiện, bỗng dưng về thăm gia đình cô. Lúc ấy anh trai cô đã nghỉ học về làm rẫy phụ với gia đình, còn các ông anh họ cũng phân tán đi khắp nơi vì ba mẹ cô không còn đủ sức cưu mang, cô hoàn toàn không hề biết họ vẫn còn liên lạc với nhau. Nên một hôm nghe tiếng gọi cửa, cô đã sững sờ đến đánh rơi cả chùm chìa khóa, lọng cọng không cách gì mở được cánh cổng cho anh vào nhà. Cô đã ấp úng không thành tiếng, đã mời anh vào nhà bằng những thanh âm nghẹn cứng ở cổ họng. Suốt mấy ngày sau đó, lẩn quẩn trong bếp nấu cơm rửa chén quét nhà, nhưng hồn cô để ở nơi có tiếng cười, tiếng nói, tiếng đàn. Tối tối, cô ngồi khuất trong bóng đêm nghe vọng lại từ hàng hiên, bài sonat ánh trăng của Beethoven buồn bã. Anh đã không còn dám hát lớn những bài tình ca bởi sợ du kích phường đến làm phiền gia đình cô. Cô chảy nước mắt nhìn bờ vai anh trai cô gầy guộc, nhìn dáng anh ôm đàn dưới trăng giữa đám hoa cau rụng trắng thềm, ngậm ngùi nhận ra ngày tháng thanh xuân tươi thắm sẽ chẳng bao giờ còn trở lại với các anh.

Cô không dám hỏi vì sao anh về thăm. Cũng không dám hỏi anh sẽ ở lại bao lâu, mà chỉ lặng lẽ ước ao thầm ngày sẽ dài, thời gian sẽ ngừng lại để anh không rời xa. Nhưng anh đến, rồi anh lại đi. Lần ấy, đi biền biệt. Một năm, hai năm, nhiều năm, không thấy anh trở lại. Và anh cô cũng dần dà thưa nhắc đến anh. Cô buồn vô cùng. Cái tiếng còi tàu bỗng dưng trở nên gắn bó với cô. Cô đã biết mình đang chờ đợi điều gì. Biết mình mong ngóng gì sau hồi còi thê thiết ấy. Những bài thơ cô làm cho anh đã bắt đầu có nỗi ngậm ngùi.

Tuy nhiên cuộc sống không thể dừng mãi lại với trăng sao, với tiếng đàn. Và cô cũng không thể hoài vọng mãi đến hóa đá như truyện cổ. Hết còn mười sáu tuổi, không hoài bão, không ước mơ, không tương lai, không cả hy vọng, cô đi lấy chồng.

Thật bất ngờ vào ngày cưới cô, anh bỗng xuất hiện, rồi lại mang đàn ra ngồi dưới hàng hiên cùng với anh cô uống rượu, hát mừng ngày cô thành hôn. Anh hát, *"hôm em lên xe, thế gian buồn vời vợi... Anh đi bơ vơ nhớ thương về một người..."* (*). Cô mím môi, nghĩ anh trêu mình, nên lần đầu tiên trong đời cô lấy hết can đảm nhìn thẳng vào mắt anh, nói:

- Ba em không muốn em làm dâu nhà người, em không lên xe xuống ngựa, không võng kiệu vu qui, thế gian làm sao mà buồn...

Anh cười không đáp. Suốt buổi tiệc cưới, thỉnh thoảng cô nhìn thấy anh ngó cô, môi nở những nụ cười dịu dàng, và ánh mắt thoáng chút buồn. Sáng hôm sau anh giã từ. Thời mười sáu tuổi nhà nhiều sách vở, nhưng cô không được phép đọc, kể cả những loại sách dành cho tuổi mới lớn như Tuổi Ngọc, Tuổi Hoa Tím, Ngàn Thông..., chơi thân với các anh cô, có lẽ anh biết cô vẫn còn bị xem là nít nhỏ, nên sau những kỳ nghỉ dạo ấy, anh vẫn thường chào cô bằng những câu sặc mùi... con nít, "bé ở nhà ngoan, Tết anh về sẽ lì xì cho". Suốt thời mười sáu, mười bảy tuổi, cô đã chờ đợi anh nói một câu gì đó... hay ho hơn, sang thời mười tám, hai mươi, anh cũng chỉ nói với cô những câu tương tự. Nhưng sau ngày cưới cô, thay vì câu từ giã không dành cho con nít cũng không cho người lớn, anh bảo:

- Anh vẫn còn nhớ cái dáng tiểu thư áo trắng của em.

Cô lặng người. Không tin nổi anh đã nhìn thấy cô tiểu thư, thấy cô áo lụa guốc gỗ ngày ấy. Và cô lặng người vì biết mình sẽ mang câu nói của anh trong lòng rất lâu. Sau này bạn cô bảo có lẽ anh đã có mặt trong quãng đời đẹp nhất, đáng yêu nhất của cô, nên anh tựa như là một nét cọ làm bức tranh đời cô lấp lánh màu sắc. Con nhỏ còn trêu cô nên đóng khung cẩn thận, và nhớ treo ở một vị trí sáng lóa nhất của tâm hồn để biết rằng mình đã từng có thời làm thiếu nữ.

Cuộc sống cứ vậy mà trôi đi như bài hát của Phạm Duy anh hay hát. Và cũng như người con gái trong bài hát ấy, cô thôi không còn làm thơ cho anh. Cô không biết anh làm gì và ở đâu. Không biết anh có còn hát những bài tình ca, đàn những bài nhạc cổ điển... Đôi khi trong cái mênh mông của cõi người, cô bắt gặp mình thơ dại, bắt gặp tà áo mình tung bay, bắt gặp tiếng đàn anh trên hiên nhà, bắt gặp ánh mắt anh u hoài ngó theo...

Đột nhiên, rất tình cờ, vài năm sau ngày cô lấy chồng, một hôm cô gặp lại anh ở chợ huyện. Anh đi cùng với một người. Người đang cùng anh dự định vượt biển, ở cách nhà cô một quãng đường. Lúc bấy giờ hai thằng em út cô đi hoài không lọt, đang vào ra không biết làm gì cho hết ngày, còn chồng cô thì mới vừa mới đến được Galang, chẳng hiểu bao giờ mới được định cư. Thấy anh, cô bàng hoàng. Thấy anh, cô sững sốt. Trái tim thời thiếu nữ không còn vụng dại đập mà thay vào đó là nỗi xót xa. Anh gầy guộc. Khắc khổ. Và vẻ mặt như mang đầy nỗi tuyệt vọng. Anh kể sau khi ra trường, chạy vạy đủ mọi nơi nhưng chẳng nơi nào nhận anh vào làm vì lý lịch gia đình anh không "đạt yêu cầu". Anh đã lang thang qua nhiều chốn và cuối cùng vẫn không biết làm gì để kiếm đủ ngày ba bữa cơm ngoại trừ loay hoay ở chợ trời.

Những ngày sau đó, thỉnh thoảng khi về huyện lỵ ấy với bạn, anh lại đến thăm gia đình cô. Uống cà phê, nói chuyện đời với mẹ cô, và chia sẻ chuyện vượt biên với chị em cô. Lúc ấy, cô đã có thể tự nhiên hơn, nói chuyện dễ dàng hơn với anh. Tuy nhiên không hiểu sao cô cứ thấy có điều gì đó rất đổi lạ kỳ ở trong lòng.

Cô tự hỏi có phải chăng trong khi các em cô đã quá chán cảnh lên xe xuống tàu, bị rượt đuổi, bị tù mà gia đình cô đã đuối sức chạy vạy, và bản thân cô với cuộc hôn nhân đầy sóng gió, không có mấy hy vọng sẽ được đoàn tụ, thì anh lại rất hào hứng, tràn đầy tin tưởng sẽ đến được bến bờ tự do, sẽ có được cuộc đời đẹp đẽ ở bên kia chân trời nên đôi bên không thể nào đồng cảm? Hay cái hớn hở trong những lời nói của anh có phần nào không thật? Hay còn điều gì đó vướng mắc trong cô?

Anh nói với cô, anh muốn đến Hoa Kỳ vì đất nước đó có những điều cuốn hút. Anh nhắc nhiều đến thời người Mỹ mới đến Việt Nam, nhắc đến văn chương, đến đời sống, và đến những gì đã được học trước đây. Anh bảo một cái đất nước chỉ có vài trăm năm lập quốc nhưng có những trang sử đầy sóng gió, có một cái tuyên ngôn làm thay đổi cả thế giới, và có những tổ chức đầy lòng nhân đạo khiến anh yêu thích và ngưỡng mộ. Anh cũng nhắc cả cuốn tiểu thuyết nổi tiếng "Gone With The Wind" của Margaret Michelle, nhưng không nói về những cuộc tình hay những nhân vật trong truyện mà hào hứng, sôi nổi nói đến cuộc nội chiến, sự nổi dậy của người da đen, về đảng Ku Klux Klan, việc giải phóng nô lệ, về tự do, bình đẳng bình quyền... Anh cũng chia sẻ với cô chuyện thời sự, chuyện những người hoạt động chính trị, những văn nghệ sĩ cô ưa thích đang bị cầm tù, những điều mà không thể gặp ai cũng có thể tỏ bày vào thuở ấy.

Anh bảo bằng mọi cách sẽ tìm cho ra con đường để đi đến tự do.

Vào cái thuở một ngày có đầy đủ ba bữa cơm đã có thể gọi là thiên đường, ai ai cũng hiểu cột đèn có chân còn muốn đi, vì vậy khi nghe anh bảo muốn được như những người dân Mỹ, muốn được góp bàn tay đưa con người thoát ra khỏi chế độ độc tài, cô đã thật lòng và hết sức mong mỏi anh sẽ sớm đến đến bên kia chân trời. Cô đã thật lòng ước ao khi nghĩ đến tình cảnh bố anh đang đớn đau, khổ cực trong trại tù cải tạo, nghĩ đến một tương lai tươi sáng nào đó, một cuộc đời khả dĩ mang lại cho anh một đời sống xứng đáng với tài năng anh, kiến thức anh...

Nhưng khi anh còn chưa thoát ra được thì phái đoàn đã gọi cô đi phỏng vấn. Cô được phép xuất cảnh giữa lúc hết còn trông đợi gì nữa ở nửa kia của mình. Những ngày tháng đầy lam lũ, đầu tắt mặt tối chạy vạy áo cơm lo cho con, khiến cô không đủ sức tin tưởng ở những ô cửa hạnh phúc mà cuộc đời sẽ dành cho mình. Người đàn ông của cô, khi đã đến nơi bình yên, chừng như đã không mấy... hào hứng trong việc giúp người còn ở lại vượt cơn ba đào. Dường như mỗi năm, cô chỉ nhận được một lá thư từ chân trời xa thẳm ấy. Cả đến lúc cầm tờ thông hành trên tay, cô vẫn còn tự hỏi không hiểu tại sao người ấy đã tiếp tục tiến hành bảo lãnh cho mẹ con cô... Và rồi cô đã ra đi với tất cả đắn đo, nghi ngờ và cả lo sợ. Ngoại trừ bầu không khí tự do mà anh từng nói, trước mắt cô mọi thứ đều như hư ảo, như một mê cung mà cô phải tự tìm ra lối đi cho mình.

Trước ngày cô đi, anh đến tiễn cô, mừng cho cô. Anh bảo cuộc sống của cô với những tháng ngày vật vờ mà không biết ngày mai mặt trời có lên, nắng có ấm hay không sẽ chấm dứt, cái thế giới rồi sẽ rộng mở hơn, cuộc đời trước mặt sẽ thênh thang hơn với cô. Cô chân thành chúc lại anh sớm được rời khỏi nơi anh không còn muốn trải đời mình. Anh mỉm cười đáp cũng mong thế, và cuối buổi tiệc anh lại hát, *"một người bước mau, người quay đi nghẹn ngào. Chờ em hút sâu, anh quay về với sầu"...* (*)

Những tháng ngày sau đó với cô ở nơi mới định cư, cái thế giới ở bên ngoài quả rất thênh thang, rất rộng lớn, rất tự do, nhưng riêng cô vẫn chật hẹp trong bốn bức tường của nhà bếp. Cũng vẫn một mình và bươn chải lo cho con. Cô chỉ không còn phải rồng rắn xếp hàng chờ mua nhu yếu phẩm, không còn bị xin giấy phép đi đường những khi muốn tới một nơi nào đó, không cần phải năn nỉ một nhân viên quan chức "nhận giùm" cái "phong bì" mỗi bận có việc cần đến giấy tờ, phép tắc... Cô tất bật áo cơm và chữ nghĩa quê người. Cô bận rộn nuôi dạy con cái, vun quén cuộc sống. Tình yêu lớn, tình yêu bé đều khép lại như những trang vở học trò khép lại cuối niên học.

Cô hoàn toàn không ngạc nhiên với con đường đời không phẳng lặng, với cuộc sống không nở hoa của mình, nhưng những gập ghềnh ấy có đôi khi đã làm cô tủi phận. Thỉnh thoảng nghe một bài hát cũ, bắt gặp một đôi câu thơ từng yêu thích ngày xưa, lòng cô bâng khâng buồn. Cô không hề thăm hỏi về anh nhưng không thể dấu lòng là có lúc cô cũng nhớ đến anh, nhớ đến thời thơ dại của mình, cô vẫn tự hỏi anh đã đi được chưa, đã đến được cái đất nước mà anh hằng ngưỡng mộ chưa, thế giới của anh đang sống là nơi nào, và anh có còn giữ trong lòng mình ước muốn góp bàn tay cho tự do, cho nhân quyền hay không...

Cô đi rất lâu mà không trở lại quê nhà. Mãi cho đến lúc mẹ cô bịnh, cô mới về lẩn quẩn trong nhà với mẹ. Bạn bè và anh em họ hàng tụ lại thăm cô. Dường như rất nhiều người ái ngại cho cuộc sống đơn lẻ của cô dẫu cô bảo mình đang bình yên và hạnh phúc với những gì đang có. Ông anh họ cô ngần ngại một hồi rồi đưa cho cô tấm giấy với số phone của anh, bảo anh rất muốn liên lạc với cô. Cô ngẩn ngơ. Mừng, vì cuối cùng thì anh cũng đã đến được nơi đồng cỏ xanh tươi của mình. Và xúc động, vì không ngờ anh vẫn còn nhớ tới mình...

Cô cầm tấm giấy về nơi định cư với chút bồi hồi, bâng khuâng, hệt như năm xưa nghe anh bảo không quên được cô từng áo lụa guốc gỗ. Rất nhiều lần cô đã dợm gọi cho anh. Nhiều lần cô đã thừ người nhìn những con số được chép lại cẩn thận trên sổ điện thoại, tự hỏi mình có nên liên lạc với anh hay không... Lúc ấy anh đang sống tại bắc Mỹ, còn cô thì đang sống ở Âu châu, cách nơi anh ở mười ngàn cây số. Tuy nhiên địa hình, địa lý, đường dài, hoàn toàn chẳng là điều cản trở, phương tiện truyền thông viễn liên lúc bấy giờ cũng không còn khó khăn hay đắt đỏ, và riêng cô thì đã từ lâu không còn sự buộc ràng nào nữa với người đàn ông của mình, nhưng cô phân vân và lưỡng lự vì biết hoàn cảnh anh không giống như mình. Trên phương diện pháp lý anh cũng được kể là độc thân, nhưng cô nhớ lời ông anh họ cô kể, lúc ấy anh đang ở bên cạnh người cùng đi với anh, người lo cho anh đến bờ bên này. Người mà cô đã gặp năm nào ở chợ huyện...

oOo

Cái đất nước Hoa Kỳ mà anh hằng ngưỡng mộ, cái xứ sở mà cô không nghĩ mình sẽ định cư, bỗng dưng gần đến cuối đời, anh và cô lại cùng có mặt, cùng sống ở đó. Và tuy không đến cùng một thời điểm, không ở cùng một tiểu bang, nhưng không thể nói là không cùng bầu trời, nên mặc dù nhiều lúc không cố tình nghĩ hoặc nhớ đến anh, nhưng câu chuyện về anh thỉnh thoảng lại cứ quay về trong tâm trí cô. Một câu chuyện hoàn toàn chẳng mấy gì vui làm cô bận lòng. Cô nghe kể anh sống rất cô đơn. Gia đình anh giận và từ anh, hay nói đúng hơn bố anh nhất quyết không nhìn mặt anh, lý do chẳng phải bởi người đàn bà anh đang chung sống lớn hơn anh năm bảy tuổi, đã từng có gia đình, mà chỉ vì người ấy đã đưa anh đi, rồi gắn bó với anh trong khi bỏ mặc người đàn ông của mình còn trong trại tù cải tạo. Bố anh bảo để đến được bến bờ tự do, nhiều người đã phải đánh đổi những thứ quí giá nhất, có thể là cả mạng sống của mình, nhưng thứ mà anh đã đánh đổi là thứ mà ông không thể chấp nhận được. Ông bảo đó là sự phản bội và ông cảm thấy như chính mình đã bị phản bội. Người còn nằm trong trại cải tạo ấy là người ông không biết mặt, không quen tên, nhưng là người đã từng đứng trong hàng ngũ chiến đấu như ông. Là người đã từng chịu sương gió, hy sinh cả thời thanh xuân và sức lực của mình để anh, hoặc như cô, có thể đến trường đến lớp hằng ngày... Ông nói ông có thể tha thứ cho anh bất cứ điều gì anh làm lỗi, chỉ trừ điều ấy.

Rời Sàigòn về lại bên này, cô ray rứt mãi không yên. Cô biết mình đã không còn nghĩ đến anh như thời mười sáu tuổi, nhưng cô chạnh lòng. Cô bùi ngùi nghĩ đành rằng đó là sự lựa chọn của anh, nhưng quả thật cuộc đời đã quá cay nghiệt, thời cuộc đã quá tàn nhẫn với anh, với thế hệ của mình. Cô giả sử đất nước không bị thay đổi, đời sống không bị xáo trộn, thì những người như anh hay cô, có bao giờ cần phải ra đi, có bao giờ cần phải nghĩ đến một chọn lựa làm biến đổi cả nhân cách mình như vậy hay chăng...

Cô xa xót mãi như vậy cho đến một buổi chiều ở nơi cô đang sống, anh đang sống, khi chung quanh đang rộn ràng xao động, cô bỗng nhận được tin ông anh họ qua đời. Cái cảm giác như mọi điều bỗng ngừng lại khiến cô nghĩ ngay đến anh. Cô nghĩ đến cái vòng đời đang khép chặt lấy anh, đến những cánh cổng bước ra bên ngoài xã hội anh tự đóng kín, tự cài, mà cô đã từng nghe kể. Rồi cô nhớ đến cái ước mơ anh nói với cô. Cô ngẩn ngơ thầm hỏi, có phải chăng chúng cũng đã héo úa, tàn rũ theo những tháng ngày đơn điệu buồn bã mà anh đang sống?

Tự dưng nước mắt cô cứ muốn rơi ra. Trên đài truyền hình lao xao tin tức tranh cử, lao xao nhận định, lao xao thảo luận. Cô nghe loáng thoáng người ta đang nhắc đến kinh tế, nhắc đến lương bổng, đến chuyện tị nạn, chuyện màu da, và cả đảng KKK... Lòng cô rười rượi buồn. Ở nơi này, không cần quảng bá, ai ai cũng có thể nhận ra được sự tự do. Tự do ngôn luận, tự do bầu cử, tự do bình đẳng, giữa dân tộc này với dân tộc kia, giữa nam với nữ, giữa người với người... Ở nơi này, người ta không cần phải hô hào, không cần phải viết câu "độc lập, tự do, hạnh phúc" trên bất cứ loại giấy tờ nào, đơn từ nào, từ biên lai đóng học phí cho con đến biên bản cãi nhau, đánh nhau với hàng xóm. Ở nơi này, con người có thể hưởng sự tự do, có thể thấy mình được tự do mà không phải đánh đổi điều gì!

Cô ngó ra ngoài sân. Sầu não thở dài. Trên sân nhà cô, chỉ mênh mông tuyết trắng. Không có trăng, không có hương cau, không có tiếng đàn nhè nhẹ đưa về, nhưng trong trí cô, những câu thơ cô chép cho anh đi theo cô gần cả đời người cứ hiện về. *“Mà phố chiều nay cũng vắng người. Như lòng hoang vắng mãi không thôi. Sầu xưa thức dậy trên vai nhỏ. Về ướt lòng tay nửa tiếng cười...”* (Nhã ca)

Lòng cô buồn như chưa từng. Cô có cảm giác như mình không vừa tiễn đưa người anh mới qua đời, mà cô đang tiễn cả quãng quá khứ thân yêu của mình về huyệt tối. Cô lại muốn bật khóc lên rưng rức.

Cô nghĩ đến nửa tiếng cười rất héo úa, dẫu muốn toát ra trên môi, mà không hiểu sao cứ nghẹn lại ở trong lòng...

(*) *Nhạc Trầm Tử Thiêng*

MỘT THUỞ QUẾ TRẦM

Hái bông cơm nguội bên thềm cũ
Nhớ thuở quế trầm chưa mất nhau
Mường Mán

Anh ở trọ đầu đường nhà Mẫn. Căn nhà có cái gác lửng thâm thấp. Anh treo một chậu trầu bà ở góc tường. Anh nói trầu bà dễ trồng, không cần chăm sóc nhiều, chỉ tưới một ít nước là đủ sống cả tuần. Nói thêm, có chút xanh lá để đỡ nhớ quê. Mẫn kỳ kèo bắt anh kể chuyện quê. Anh nói có gì đâu để kể, nhưng Mẫn cứ nhèo nhẹo đòi cho đến lúc anh phải chịu thua. Anh bảo nhà anh ở Huế, không sống với mạ và các em. Mẫn hỏi sao vậy. Anh nói ở quê anh không có trường trung học đệ nhị cấp, phải lên phố, và như vậy thì cũng phải xa nhà, cũng phải đi trọ nhà người mà chưa chắc được nhận vô Quốc Học, trong khi ở thị xã này anh đã đậu vào trường công lập lớn nhất, nên ba anh quyết định thuê chỗ trọ ấy cho anh.

Anh bảo cái ước mơ gần nhất của anh là sau khi xong tú tài sẽ về Huế, thi vào sư phạm. Học vài năm sau ra trường xong thì xin về dạy ở trường tiểu học gần nhà mạ. Và nói cái ước mơ của anh bao giờ cũng đơn giản nhưng hiếm khi được thực hiện, mơ vậy mà không biết có thành hay không. Mẫn hỏi ngoài ước mơ ấy, anh có mơ gì khác không, anh chỉ cười hiền không đáp.

Mỗi tháng ba anh trích một phần lương trả tiền nhà cho anh. Anh đi dạy kèm từ năm chưa lên đệ nhị cấp để phụ tiền ăn uống, tiêu vặt cho mình, và cho ba anh đỡ cực. Trước, anh phụ một người thầy giáo tiểu học dạy con nít lớp vỡ lòng, sau anh được giới thiệu kèm cho học sinh luyện thi đệ thất, và rồi học sinh trung học như Mẫn. Anh nói lương lính không có là bao, ba anh tằn tiện gửi về cho mạ và các em của anh đã đủ khổ rồi.

Anh dịu dàng, hiền lành. Như ba Mẫn nói về anh. "Giao" Mẫn cho anh, ba yên tâm. Bạn ba Mẫn là cấp trên của ba anh nên đã giới thiệu anh với gia đình Mẫn.

Thấy anh hiền, Mẫn cứ trêu anh mãi. Hết chuyện quê chuyện tỉnh rồi lại qua chuyện nhà. Ban đầu anh chỉ ậm ừ, nhưng về sau cũng có lúc anh kể một vài kỷ niệm nho nhỏ của mình. Và cũng về sau, Mẫn mới biết những lúc như vậy là lúc anh nhận được thư mạ hay các em của anh. Anh nhớ nhà. Nhớ gia đình.

Hoàn cảnh sống của Mẫn và anh hoàn toàn khác xa nhau. Gia đình Mẫn yên ấm, khá giả. Ngoại trừ anh chị lớn nhất của Mẫn ở nước ngoài hiếm có dịp về, cả nhà Mẫn bao giờ cũng quây quần với nhau. Mẫn không thể nào tưởng tượng ra được nỗi nhớ thương của anh. Một lần Mẫn nửa đùa nửa thật hỏi anh đàn ông con trai mà cũng nhớ nhà sao. Anh phì cười, hỏi lại chắc Mẫn nghĩ đàn ông con trai không có trái tim, hoặc không có tình cảm, cảm xúc hay sao.

Mẫn thấy cảm xúc của mình, tình cảm của mình, và trái tim của mình dường như cũng khác với anh. Trong khi anh bận bịu học hành để hoàn thành ước mơ, nhín thì giờ đi dạy kèm để đỡ đần cha mẹ, và thương nhớ quê nhà thì Mẫn hết thổn thức cho những nhân vật mới lớn trong các truyện tuổi hoa tím, tuổi học trò, lại sướt muốt với những câu thơ rất thơ dành cho lứa tuổi của Mẫn, "Chim vỗ cánh nắng phai rồi đó. Về đi thôi O nớ chiều rồi". (Mường Mán), "Chiếc áo mới trắng tinh hồn mới lụa. Tuổi mười lăm thân mến giấu trong tay" (Từ Kế Tường)...

Mẫn nói không thể nào mường tượng ra được nỗi nhớ nhà da diết là như thế nào. Anh cười hiền bảo mai mốt Mẫn lấy chồng, đi làm làm dâu xa xứ sẽ thấm thía nỗi lòng "chim kêu vượn hú biết nhà ở đâu". Mẫn đỏ mặt, lừ mắt nhìn. Anh lại cười. Mẫn kể anh chị lớn của mình thỉnh thoảng gửi thư về từ than buồn, than nhớ. Mẫn nói:

- Nên vì vậy mà em không muốn đi.

Anh làm thinh một lúc rồi hỏi lại Mẫn nói vậy là sao. Mẫn rùn vai, chặc lưỡi:

- Ba em đó mà, sợ chiến tranh, nên cứ đứa nào xong tú tài cũng cho đi du học. Em không muốn đi xa, không muốn sống ở những nơi không được nghe tiếng rao hàng, tiếng guốc gõ trên hè phố. Cũng không muốn bị thèm những món ăn quê hương rất tầm thường ngày nào cũng có bán ở đây. Gì mà chè đậu ván cũng thèm, bắp nấu cũng thèm, sắn luộc cũng thèm thì thôi chớ đi du học làm chi!

Mẫn nói thêm ba muốn em phải học kèm vì muốn em đậu cao để đi. Mẫn thở dài, kể:

- Không cần học bổng, cũng phải đậu từ bình tới ưu hai kỳ tú tài mới đi Pháp được. Em không muốn đi Pháp, không muốn đi đâu hết!

Và trong khi thở dài sườn sượt như thế, Mẫn đã không để ý phản ứng của anh ra sao. Kể cả lúc nghe anh nhỏ giọng buồn buồn nói "con đường trước mặt của Mẫn thênh thang, Mẫn cố gắng làm cho ba mẹ vui", Mẫn vẫn chậc lưỡi khó chịu:

- Gắng gì chớ! Em chỉ muốn ở đây, có bạn có bè, có ba mẹ.

Rồi Mẫn quay sang anh, trêu:

- Có cả anh nữa.

Anh đỏ mặt. Mẫn đánh khẽ lên tay anh:

- Có anh kể chuyện quê chuyện nhà, kể cho em biết những chuyện em chưa bao giờ biết.

Những chuyện, chẳng hạn có một lần không rõ vì lý do gì, anh kể bên hông nhà anh ở Huế có trồng cây cơm nguội làm Mẫn đã tròn xoe mắt lên ngó anh. Cuối cùng Mẫn bật cười:

- Cây gì mà có cái tên ngộ quá!

Anh bảo đó là một loại cây thường mọc hoang, nhưng có nhà cũng mang về trồng làm cảnh vì không cần chăm sóc tới mùa hè vẫn ra bông trắng xóa rất đẹp. Anh nói mạ anh thỉnh thoảng đào lấy rễ phơi khô làm thuốc trị sốt rét cho ba anh. Anh nói thêm:

- Mường Mán có bài thơ dễ thương lắm về bông cơm nguội.

Mẫn bắt anh đọc ra cho Mẫn chép vào cuốn carnet "sưu tầm" thơ của Mẫn. Anh hứa nếu có dịp, anh sẽ hái cho Mẫn một chùm cơm nguội. Anh bảo hoa thì không mang theo được đi từ quê anh lên Huế rồi vô tới thị xã bằng xe đò chật chội và phải mất gần cả ngày, nên có đến được tay Mẫn có lẽ cũng không còn cánh hoa nào. Mẫn bảo vậy thì ép vào vở. Anh phì cười:

- Anh chưa bao giờ nghe ai ép bông cơm nguội.

Mẫn cười theo:

- Nếu vậy anh đem vô cho em cái cành trơ cùi cũng được.

Chuyện giữa anh và Mẫn, đối thoại hay chuyện kể đều không có gì lớn lao như vậy, nhưng không hiểu sao Mẫn lại thấy ấm áp, thấy cái đằm thắm và hiền hòa tỏa ra nơi anh. Và thấy được cả một mảng quê nhà của anh.

Vì vậy lâu lâu Mẫn lại nhắc chuyện cây cơm nguội và bảo vẫn chờ để nhìn thấy chúng ra sao. Vào cái thuở chưa có những kỹ thuật công nghệ, anh lại không có máy chụp hình, càng không thể đưa Mẫn về quê anh để chỉ cho Mẫn xem, điều duy nhất anh có thể làm là mang một chùm cơm nguội vào thị xã, vậy mà cũng đã không thể thực hiện được. Mùa hè năm ấy anh bị động viên nhập ngũ rất bất ngờ. Đến chỉ đủ thì giờ chạy sang nhà Mẫn báo tin để ba mẹ Mẫn tìm thầy dạy kèm khác cho Mẫn.

Hôm ấy Mẫn không có nhà. Đến trưa về học thì anh đã đi rồi. Mẫn hơi chưng hửng. Sau đó nỗi hụt hẫng làm Mẫn bàng hoàng. Mẫn có cảm giác như anh đi mà không lời từ biệt mặc dầu Mẫn biết anh không muốn vậy. Anh chỉ không kịp nói với Mẫn mấy tiếng "anh đi nghe", như anh vẫn thường nói mỗi bận về thăm nhà.

Anh đi rồi, Mẫn nói với ba mẹ rằng Mẫn không muốn học kèm ở nhà mà muốn đến lớp luyện thi với bạn. Ba Mẫn do dự nhưng mẹ Mẫn lại đồng ý vì bảo không thể tin ai ngoài anh. Mỗi tuần Mẫn học ngoại ngữ hai buổi ở trung tâm văn hóa Pháp và ba tối toán lý hóa. Ba Mẫn đưa đi đón về. Thời khóa biểu của Mẫn khít khao như không có chỗ để thở. Vậy mà Mẫn lại thấy lòng mình rất trống trải. Mỗi bận ngang qua căn nhà ở đầu đường, nỗi xác xao cứ hiện ra. Trước đây chưa bao giờ Mẫn nhìn thấy anh đứng ở đâu đó trên căn gác xép, chưa bao giờ để ý dây trầu bà anh trồng, nhưng khi anh không còn ở đó nữa, tim Mẫn đã gần như thắt lại lúc thấy một dáng người, lúc thấy những ngọn lá xanh trở màu nâu úa rồi khô cứng.

Cái sức sống biến mất trên chậu trầu bà hệt như cái hồn nhiên, vô tư biến mất trong lòng Mẫn. Không đoán nổi anh đang làm gì ở đâu, quân trường nào, hay mặt trận nào, nhiều lúc Mẫn nhủ thầm mắc mớ gì tới mình, nhưng rồi lòng vẫn lao chao, mắt vẫn thất thần khi bất chợt bắt gặp một bóng dáng người lính nào đó trên đường. Nhất là những lúc nhìn hình ảnh một quân nhân trong tay một người con gái mặc áo dài trắng, áo dài hoa trên phố, trên truyền hình, là mặt Mẫn lại đỏ lên. Cái cảm giác như có bàn tay nào đó siết lấy cổ mình khiến Mẫn nghẹn ngào đến không thở được. Mẫn chưa bao giờ tưởng tượng ra anh là lính, chưa bao giờ nghĩ mình sẽ dính dáng đến một người lính nào đó nhưng không làm sao thoát khỏi cái cảm xúc buồn bã, nao lòng trước những hình ảnh dễ thương ấy hiện ra trong mắt.

Anh đi bất thần đến không thể chào từ giã, và một hôm quay về, đến thăm gia đình Mẫn cũng rất bất ngờ. Đó là lúc Mẫn chuẩn bị đi học thêm. Bước xuống tới phòng khách thấy anh ngồi đó, tóc ngắn ngủn như con nít, quân phục xanh, và nước da đen sạm, Mẫn đã ngỡ ngàng đến mức không bước thêm được. Chân Mẫn như dính chặt xuống mặt sàn nhà. Mẫn không thể tin nổi ở mắt mình, cũng không tin nổi anh... "thành" ra như vậy.

Anh nói anh xong sáu tháng quân trường và đang chuẩn bị nhận lịnh về một đơn vị nào đó nên được vài ngày phép, muốn đến thăm gia đình Mẫn trước khi về nhà. Mẫn muốn chảy nước mắt. Muốn chạy đến thăm hỏi, nhưng vì ba mẹ đang ngồi với anh nên Mẫn chỉ chào vội môt tiếng rồi quay gót trở vào phòng. Tim Mẫn đập loạn xạ và chân tay Mẫn muốn rụng rời. Mẫn không biết nên làm gì. Trái tim Mẫn nói mừng anh về, lòng Mẫn reo lên, mừng anh về, nhưng Mẫn bối rối và luống cuống.

Ba đưa Mẫn đến lớp học thêm toán lý hóa trong khi anh vẫn còn ngồi tiếp chuyện với mẹ Mẫn. Thật lòng mà nói nếu có thể được, Mẫn đã chạy tới bên anh, cầm lấy tay anh và gục đầu xuống vai anh. Nhưng hẳn nhiên Mẫn không dám làm, vì ba mẹ, và vì những điều mà cô bé mười bảy tuổi của Mẫn thời ấy không cho phép. Tuy nhiên suốt buổi học, nước mắt Mẫn cứ chực trào ra, hồn Mẫn cứ chỉ muốn thoát ra khỏi người để lang thang về phía anh đang hiện diện.

Nhưng Mẫn không thể nào ngờ là anh đã đến lớp học thêm xin được gặp Mẫn. Với cái lý do giản dị là anh sẽ phải rời đi ngay chiều hôm ấy, nên thầy giáo đồng ý cho Mẫn ra khỏi lớp trước giờ tan học.

Đã phải khó khăn lắm Mẫn mới không vấp chân mình khi ra đứng với anh trên khoảng sân nhỏ dẫn ra cổng trường. Mẫn hoàn toàn chẳng còn là cô bé vẫn hay liếng thoắng trêu ghẹo anh. Không là cô học trò chỉ biết bắt nạt anh những lúc không muốn học. Hai tay Mẫn không biết để đâu. Cái cặp sách dường như vẫn rất nhỏ để Mẫn níu lấy. Và bầu trời dường như vẫn không đủ chỗ để Mẫn ngước nhìn. Anh cười nhỏ bên tai Mẫn:

- Không bị học với anh chắc Mẫn... khỏe lắm phải không?

Mẫn muốn đánh lên tay anh nhưng lại không dám. Mẫn muốn la lên nhưng miệng môi cứng khô không ngôn từ nào thốt ra được. Mẫn đã đứng yên hết ngó ra ngoài đường, lại ngó về phía khác nơi anh đang đứng như vậy cho tới khi anh nói anh sẽ gửi thư cho Mẫn khi về đơn vị và hỏi Mẫn có thể ghé nhà bạn anh trên đường đi học để nhận thư anh không, Mẫn mới lí nhí trả lời "dạ được". Mẫn như "con mèo ngái ngủ trên tay anh" của Nguyên Sa. Như "ma sơ" của Nguyễn Tất Nhiên. Bé nhỏ. Thẹn thùng.

Anh đứng với Mẫn một lát rồi từ giã. Anh bảo phải về Huế. Và nói thêm sợ ba Mẫn sẽ thấy anh khi đến đón Mẫn. Lúc anh đi rồi Mẫn mới sực nghĩ ra tại sao anh có thể tìm được nơi này, và biết Mẫn học lớp nào. Tuy nhiên Mẫn có cảm giác mình cũng chẳng cần biết thêm gì. Vì lòng Mẫn vui hơn nắng nhảy múa trên con đường về nhà, rộn rã hơn cả tiếng chim sẻ hót líu lo buổi sáng. Mẫn nhận ra mình quan trọng với một người như thế nào, và người ấy cũng quan trọng với mình ra sao. Mẫn ngập chìm trong hỉ hân, vui mừng.

Mẫn nhận được thư anh khi anh về đơn vị. Rồi thư trước ngày chuẩn bị hành quân. Sau những trận đánh. Thư chiến trường, thư thấp thoáng lo âu, thấp thoáng nỗi ngậm ngùi. Nhưng thư nào cũng rất ngọt ngào và đằm thắm hệt như tính cách con người anh. Hoàn toàn không có lời tỏ tình, không nói thương nhớ, chỉ nhắc trên đường hành quân nhìn thấy hoa sim và trên đường về miền đông thấy bông cơm nguội, bảo tưởng chỉ Huế mới có bông cơm nguội, mà Mẫn lại biết chắc chắn anh đã "thuộc về" mình.

Những lá thư đi theo Mẫn năm tháng dài. Không lâu sau đó là binh biến. Cả đất nước tao loạn. Nhà Mẫn chạy tháo theo mọi người lên một chiếc xà lan, sau chuyển sang một chiếc tàu lớn vào tới Nha Trang rồi vào Vũng Tàu. Ở đó, mọi người tiếp tục chạy về Sài Gòn. Ba mẹ Mẫn cũng muốn về Sài Gòn với cái hy vọng mảnh đất cuối cùng của miền Nam sẽ không mất. Nhưng chỉ chạy tới cầu Cỏ May là cả nhà phải dừng chân. Đoạn đường mấy mươi cây số mới về tới thủ đô không dài nhưng mẹ Mẫn do không quen dãi dầu, không quen mưa nắng đã ngã bịnh rất nặng, đến cuối cùng cả nhà phải quyết định dừng lại ở giữa đường.

Ở ven đường thì đúng hơn.

Không người thân, không quen biết ai ở đó, chỉ cái tên cầu Cỏ May là nghe rất quen, rất thân thuộc với Mẫn. Trong một lá thư, anh kể có khoảng thời gian ngắn đóng quân gần khu vực này. Lúc còn ở thị xã, Mẫn từng nghe nói người miền Nam chân chất và tốt bụng, lúc những người không quen ở cầu Cỏ May cưu mang gia đình Mẫn suốt thời gian mẹ Mẫn lâm bịnh mà không chịu lấy tiền hay bất cứ hiện vật nào, Mẫn mới hiểu rõ hơn. Sau này khi miền Nam sụp hoàn toàn, dù đã chạy về tới Sài Gòn nhưng không được chấp nhận nhập cư, ba mẹ Mẫn đã quyết định về đó để sống một phần cũng vì những ân tình ấy.

Trước đó ba Mẫn đã chạy về thị xã để xem tình hình, thì biết ra căn nhà của gia đình Mẫn đã bị chiếm đoạt bởi vì gia chủ không có mặt lúc Ủy ban quân quản chiếm thành phố. Căn nhà trở thành một trụ sở hành chánh và sau này thành nhà của một cán bộ. Ba Mẫn sững sờ, nhưng bạn bè chung quanh khuyên tốt hơn hết là nên tránh xa vì thị xã không còn là đất để dung thân. Ba Mẫn trở vào Sài Gòn với nỗi đắng cay và đau đớn, nhưng cuối cùng cũng phải đành chấp nhận số phận đã bị những người chiến thắng định đoạt cho mình.

Lại gói ghém, lại chạy đôn chạy đáo rời Sài Gòn trước khi chính sách hồi hương bị đẩy mạnh, gia đình Mẫn về Phước Tuy. Số vàng vòng ba mẹ Mẫn mang theo được, đổ vào vài sào đất để được hợp lý hóa thủ tục hành chánh, được coi như là dân địa phương. Cuộc sống bắt đầu trở nên thê lương dầu không chỉ riêng một mình gia đình Mẫn, nhưng đối với Mẫn, thật quá mức để có thể tưởng tượng ra được.

Mẹ của Mẫn, người chưa hề làm gì nặng trước đó, bỗng dưng trở thành nhân vật chính kiếm miếng cơm cho gia đình. Thành người bán tôm bán cá ở chợ, lam lũ như một người dân miền duyên hải từ bao đời. Ba Mẫn vào một tổ hợp làm lưới, cái nghề nghiệp chỉ từng "nghe nói" trước đây nhưng chưa bao giờ thấy, chưa hề biết nó như thế nào. Và Mẫn không còn đi học, ngày ngày cùng với đứa em út cúi mặt trên đám rẫy sau nhà.

Không một lần Mẫn dám nghĩ tới ngày tháng cũ. Không một lần dám mở tập carnet có mấy lá thư anh viết mà Mẫn đã kỹ lưỡng gìn giữ như báu vật trên đường chạy loạn. Cuộc đời không còn hương còn vị đối với Mẫn. Tuổi thanh xuân của Mẫn cũng qua đi như đám cỏ xác xơ ven đường. Mẫn không hề muốn có một người bạn, càng không muốn có người yêu và không muốn đời sống hôn nhân như những cô gái khác cùng thời. Mà cả ba mẹ Mẫn thật lòng cũng không muốn thấy Mẫn sẽ thành thân với bất cứ người thanh niên nào nơi ấy, nên xem như đã chấp nhận những nghĩ suy và quyết định của Mẫn.

Lặng lẽ. Nặng và dài. Ngày tháng buồn bã trôi như dòng nước sông Cỏ May trước mặt nhà Mẫn. Đến cuối cùng, mặc dầu hồ sơ bảo lãnh của anh Mẫn chậm trễ, và trục trặc từ cả hai phía, gia đình Mẫn cũng rời được nơi muốn rời đi. Thời gian sống ở tỉnh lỵ miền duyên hải, cảm xúc thương yêu trìu mến để lại rất ít trong lòng Mẫn, nhưng hôm xe đò chạy ngang qua cầu Cỏ May, bất giác Mẫn cũng đã quay đầu nhìn lại. Nước mắt Mẫn bỗng lưng tròng. Mẫn nhận ra mình đã cúi mặt mà sống chỉ vì đâu đó trong Mẫn, cái tên vùng đất đã níu Mẫn xuống.

Rõ ràng chưa có gì sâu nặng để gọi đó là tình yêu. Chưa có gì ray rứt đến khôn nguôi để Mẫn đem lòng chờ đợi. Nhưng mọi thứ dường như đã khép lại, đã đóng băng ở cái vạch mức ngày anh có mặt trong đời sống Mẫn.

Miền Nam nước Pháp đón Mẫn cũng buồn bã và ảm đạm không kém gì những tháng ngày trải dài ở cầu Cỏ May. Mẫn đã không còn đủ thanh xuân, không còn đủ sức để lăn xả vào cuộc sống mới tìm ra cho mình một tương lai rực rỡ nào đó. Hoàn cảnh khổ cực lâu ngày đã làm Mẫn nhuốm cái thói quen chậm chạp với cuộc đời. Mỗi ngày Mẫn đến trường học tiếng Pháp vài tiếng, rồi vào trường dạy nghề một cách vô cùng khó khăn. Mẫn không muốn nghĩ đến câu người đời vẫn thường hay nói, "trâu chậm uống nước đục", nhưng đồng cỏ xanh thật sự đã hết chỗ dành cho một người ở vào lứa tuổi như Mẫn.

Cuối cùng Mẫn dừng lại ở một công việc tầm tầm trong tiệm làm bánh ngọt cuối phố. Nhưng vậy đó mà nỗi ngậm ngùi, cay đắng vẫn không chịu dừng lại với Mẫn. Mẫn đã không tài nào hiểu nổi tại sao mọi thứ trên đời đều trễ tràng với mình. Đến cả chuyện tình cờ gặp một người quen cũ cũng đớn đau. Mẫn đã phải nghe thêm một đôi điều lẽ ra không nên nghe, không cần nghe qua người ấy, rằng anh từng có lần về tìm Mẫn, nhưng không ai biết gia đình Mẫn ở đâu.

Người ấy nói thêm, anh hiện giờ đang sống ở Hoa Kỳ.

Lúc người ấy đi rồi, Mẫn mới sực nhớ mình đã không hỏi gì thêm tin tức khác về anh, về nơi anh đang định cư. Hệt như ngày xưa từng quên mất không hỏi tại sao anh biết trường Mẫn học thêm.

Mọi sự đều lỡ làng, Mẫn nghĩ. Về đến nhà, Mẫn run tay mở tập carnet, mở những lá thư anh viết.

Mẫn đọc lại mấy câu thơ bông cơm nguội của Mường Mán. *"Hái bông cơm nguội bên thềm cũ. Nhớ thuở quế trầm chưa mất nhau. Loài hoa anh tặng em ngày ấy. Giờ hết nguội rồi bỗng biết* đau". Mẫn nhìn ra cửa sổ. Hai mắt cay nồng. Thời xưa cũ hiện ra nhưng Mẫn biết mình đã không có cái hân hạnh nhận được chùm bông cơm nguội.

Mẫn rưng lòng. Muốn bật khóc thương thân. Mẫn tự hỏi tại sao từng sống ở nơi có rừng, có đất, từng làm việc với cỏ cây, bông trái bao nhiêu năm, vậy mà vẫn chưa hề có lần được nhìn thấy loài hoa ấy. Trong lá thư cuối của anh có mấy chữ, "anh đã nhớ Mẫn vô cùng khi bắt gặp đám bông cơm nguội trắng xóa trên đường hành quân".

SÔNG RA BIỂN LỚN

Người ta nói có những dòng sông mãi hoài vẫn không chảy ra biển lớn.

Khi về định cư ở nơi đây, nhìn thấy con sông chạy quanh thành phố với những đoạn rất hẹp, chảy chậm chạp, Ngữ đã tự hỏi không biết nó có xuôi ra biển lớn nổi hay không. Người bảo trợ bảo đây là phụ lưu của Missouri river, một trong bốn con sông dài nhất Hoa Kỳ. Xuất phát từ rặng Rocky, trước khi đổ vào dòng Mississipi vĩ đại thì sông Missouri chảy qua mười tiểu bang của Hoa Kỳ và hai tiểu bang khác của Canada. Lúc ấy, với trình độ Anh ngữ non yếu của mình, cái tên dòng sông nhỏ này còn chưa nhớ nổi huống gì dòng Missouri xa xôi kia, nên Ngữ chỉ đứng ngẩn ngơ nhìn những đóa bồ công anh vàng óng mọc trên đám cỏ non xanh mượt ở hai bên bờ.

Trên những nhánh cây mọc nghiêng có bầy chim nhỏ soi mình xuống dòng nước thỉnh thoảng hót lên những âm thanh thật vui tai và thật thanh bình khiến Ngữ nhớ đến dòng sông êm đềm ngày thơ ấu. Mắt ngấn lệ chỉ chực rơi, nếu như không phải đứng trước mặt người lạ, Ngữ đã òa lên khóc như trẻ nhỏ.

Đó là những ngày hè năm đầu tiên Ngữ được định cư sau nhiều tháng nằm dài ở trại tị nạn. Không người thân, không bè bạn, Ngữ đã không hiểu mình có cái may mắn nào mà được lọt vào danh sách được bảo trợ trong khi vô số người cùng trại lại rớt mặc dầu giỏi hơn, có nhiều khả năng giao tiếp hơn và trả lời phỏng vấn nghe ra tốt hơn Ngữ rất nhiều. Bạn bè đùa "hay không bằng hên", "giày dép còn có số huống gì người", nhưng về đây một thời gian Ngữ đã bật cười, tự giễu mình rằng có lẽ không ai muốn sống ở cái thành phố vừa nhỏ vừa buồn còn hơn thành phố buồn của Lam Phương nên Ngữ mới được nhận như vậy. Và Ngữ cũng nghĩ nếu không có những cảnh thiên nhiên, không có con sông dòng suối, không có cái thác nước bạc màu lãng mạn, hay không những cánh đồng bắp, những vạt đậu nành, cùng đám cây ngọn cỏ hiền hòa ở nơi này, thì mình có thể chịu đựng được lâu đến như vậy hay không.

Mùa thu đầu tiên, khi trời bắt đầu trở gió trên hàng cây đang chuyển màu trên đường và cái rét len lỏi vào giữa những sớ vải mặc trên người, Ngữ cứ như một đám cỏ héo úa bên đường. Một sáng trên đường đến lớp học tiếng Anh, Ngữ đã giật mình đứng sững lại chỉ vì bắt gặp cái mùi ngai ngái của rơm rạ và mùi oai nồng của phân bón phảng phất trong không. Ngữ không tài nào hiểu nổi tại sao cái hăng hắc từ đất ẩm, cái ngai ngái từ rơm rạ, và cả cái mùi khó chịu của phân bón ấy hoàn toàn chẳng phải là những thứ hương, thứ mùi của quá khứ, của ký ức mà lại có thể làm Ngữ nao lòng. Ngữ tìm không ra nổi lời giải thích tại sao một người sinh ra và lớn lên ở thành phố lớn, thỉnh thoảng lắm mới có dịp về quê thăm bà con, không có nhiều kỷ niệm gắn bó với hương đồng gió nội, lại đứng ngồi không yên chỉ vì hình ảnh một dòng sông, một tiếng chim hót hay một mùi hương chẳng mấy quen thuộc như vậy.

Ngữ quắt quay nhớ nhà. Nhớ những điều chưa bao giờ nhớ. Từ tiếng chim chiều trong vườn quê nội thuở bé, cây cầu tre bắc ngang con sông trước mặt nhà người nào đó tình cờ nhìn thấy, đến tiếng ru, giọng hò, câu hát. Đến cả tiếng rao hàng, tiếng mưa rơi trên mái tôn, tiếng gió trở mình trên rặng cây già...

Tối hôm ấy về nhà, Ngữ đã vùi đầu vào gối khóc nức nở như chưa từng khóc trong đời. Ngữ không tưởng tượng nổi ngay cả những ngày buồn tẻ và đầy tuyệt vọng ở trại tị nạn vẫn chưa thể làm Ngữ cảm thấy lẻ loi, cô đơn đến như vậy. Ngữ nhận ra tình yêu của mình dường như đã hết còn bé nhỏ, hết còn gói gọn trong phạm vi gia đình, mà lớn hơn, trừu tượng hơn. Một thứ tình cảm Ngữ chưa hề tưởng tượng mình sẽ có, thường được gọi là tình yêu quê hương, đã xôn xao trong lòng Ngữ từ ngày này qua ngày khác. Cái nỗi nhớ cũng vậy, không chỉ còn quẩn quanh ở những gương mặt người thân, bè bạn, mà lan sang cảnh, sang vật, sang những cái hơi hướm khó có thể tìm thấy được ở quê người.

Mùa đông đầu tiên là những ngày tháng cùng khủng nhất trong cuộc đời tị nạn của chàng thanh niên mới vừa đủ quyền công dân, không người quen, không người thân ở một nơi ra đường gần như chẳng bao giờ thấy bóng dáng người châu Á huống gì là đồng hương. Trừ những hôm bắt buộc phải đến lớp học tiếng Anh, Ngữ bị gió tuyết giam hãm trong nhà như tù nhân đang lãnh án chung thân. Cuối tuần trong năm bảy lớp áo trên người, lại quàng thêm một tấm chăn lớn, Ngữ co ro ngồi bên cạnh cửa sổ ngó ra ngoài. Tuyết rơi rụng như hoa trắng mịt mù trong không khiến Ngữ sầu héo đến độ chảy nước mắt. Ngữ gọi cái mảnh trời nhỏ đùng đục màu sữa pha, loáng thoáng ánh mặt trời ngoài khung cửa kính là nơi níu trái tim mình xuống. Dường như Ngữ quên mất những mục đích chính khi vượt biển là muốn tìm một hướng đi tốt hơn cho tương lai, quên luôn cả cái hy vọng có thể giúp đỡ cho gia đình vẫn còn đang phải đương đầu với nợ nần và nghèo khổ ở quê nhà. Thậm chí cũng không nhớ đến cái niềm vui và hạnh phúc của mình khi được "đậu" phỏng vấn.

Mọi thứ chết cứng lại trong lòng Ngữ hệt như con đường đóng băng trước mặt nhà. Đâu đó trong trí Ngữ, chỉ còn thoi thóp cái ước mơ có được một hôm trời hanh nắng, chút thời tiết ấm áp để ra ngồi nơi khúc sông vắng vẻ ấy mà nhìn những chú sóc nghịch ngợm đuổi nhau trên cây, nhìn dòng nước lặng lẽ trôi để tưởng tượng ra quê nhà của mình giờ ấy như thế nào. Ngữ xác xao nhớ đám vịt trời bơi lội quanh bờ, nhớ đàn cá hương cá vược quẫy đuôi làm xáo động mảng nước yên tĩnh, nhớ mớ cỏ xanh, và thèm được ngửi lại cái mùi ngai ngái, oi nồng của những ngày hè.

Nỗi buồn trong Ngữ không còn man mác nữa mà nặng trĩu. Không còn râm ran hay mơ hồ không có tên nữa. Ngữ biết chắc mình nhớ nhà, nhớ quê. Muốn được ăn những món ăn mộc mạc, đơn sơ như thể tương tư một con người và bắt đầu thấy sợ những miếng thịt gà mềm nhao nhão ướp những thứ gia vị lạ hoắc lạ hươ với khứu giác, những tô xà lách đầy kem, những món ăn không mặn, không cay, không chua, không ngọt, đôi khi chẳng có cả tỏi hành. Câu ca dao vẫn thường bị Ngữ chê quê mùa thuở nhỏ, "anh đi anh nhớ quê nhà. Nhớ canh rau muống nhớ cà dầm tương" bỗng dưng như lột tả cặn kẽ đến từng mili mét nỗi lòng của Ngữ.

Ngữ thèm được nghe được nói bằng tiếng mẹ đẻ với ai đó hằng ngày. Cái thành phố nhỏ, dân thưa, thời tiết lạnh lẽo làm người ta không muốn ra đường, càng khiến cơ hội gặp đồng hương của Ngữ nhỏ lại. Thỉnh thoảng nhìn thấy một dáng dấp quen thuộc, mái tóc đen, màu da nâu vàng, đôi mắt một mí hay mí lót..., là Ngữ lại nghe tim mình lại chộn rộn đập, dẫu có đôi khi Ngữ đã tự hỏi với cái bản tính nhút nhát, rụt rè của mình thì Ngữ có dám tiến đến làm quen người lạ ấy hay không.

Vào thời công nghệ thông tin còn chưa mấy phổ biến, không có tiền, nói tiếng Anh chưa thông, để mày mò tìm ra cái cửa hàng tạp hóa Á châu duy nhất nằm tận ở ngoại ô thành phố này quả thật vô cùng gian nan khổ sở với Ngữ. Một anh bạn người Lào, cùng học chung đã cho Ngữ địa chỉ, nhưng không có xe, không có bằng lái, cũng không biết hỏi ai về phương tiện công cộng vốn rất hiếm hoi ở nơi này, Ngữ đã thấp thỏm không yên như đang lỡ hẹn với ai đó. Nhiều khi định bụng hễ có dịp gặp người bảo trợ, sẽ liều mình nhờ ông chở cho một chuyến, nhưng cuối cùng Ngữ đã không dám. Ngữ sợ làm phiền ân nhân của mình. Phần khác sợ bị... rủ đi nhà thờ, thay vì đi chợ.

Thuở ấy đối với Ngữ, một tuần mấy ngày ngồi trong lớp tiếng Anh đã đủ làm Ngữ tối tăm mặt mũi, cuối tuần đến nhà thờ, ngoài bốn mươi lăm phút ngồi nghe giảng và hát hò, điều Ngữ sợ hơn hết là có những người thấy Ngữ đứng một mình là đến trò chuyện, thăm nom, hỏi han. Người đã từng gặp qua, sẽ xăng xái, nói cười thân mật, sẽ nói nhanh như thể sau vài ba tháng đến trường thì khả năng tiếng Anh của Ngữ đã... giống như họ. Người chưa gặp bao giờ thì trìu mến trò chuyện rồi đi theo Ngữ vào tận chỗ ngồi, tận tình hỏi han từng li từng tí trong khi càng nghe hỏi, lưỡi Ngữ lại càng như cúng lại. Cái cảm giác xấu hổ cứ bừng bừng trong người mặc dầu chẳng có ai trêu ghẹo, dè bĩu, hay nhỏ to chê bai Ngữ điều gì.

Tự ti mặc cảm đi với Ngữ theo ngày tháng khá lâu. Ngữ sống trong sự ảm đạm như vậy cả cho đến lúc đã quen dần với ngôn ngữ, hiểu biết ít nhiều văn hóa lẫn tôn giáo mình được tiếp cận, vẫn không thấy tự tin dẫu có thể đã tự đi mua sắm và nấu được vài ba món ăn quê nhà.

Mãi cuối cùng khi bắt đầu quen với cô, một cô bé đồng hương vừa được bảo trợ đến Ngữ mới mất hẳn cái cảm giác cô đơn. Cô nói cô phải hên lắm mới gặp được Ngữ. Phải hên lắm mới đánh liều hỏi một câu tiếng Việt khi thấy Ngữ. Cô kể, tưởng mình sẽ chết mất ở thành phố này vì cô đơn và lo sợ không có ai dìu dắt, giúp đỡ. Cô nói cô không được học ngoại ngữ trong thời gian đi học ở quê nhà, rồi thời gian ở đảo cũng chẳng mấy khá hơn nên không thể hiểu, không thể trò chuyện và càng không thể bày tỏ tâm tư mình với vợ chồng người bảo trợ ngoài câu "tôi buồn" hay "tôi nhớ má". Ngày cô gặp Ngữ là do họ cất công tìm ra địa chỉ của tiệm tạp hóa Á châu ấy trong niên giám điện thoại. Hai người nói với Ngữ không chỉ mình cô vui mà chính họ cũng vui vì quen biết với Ngữ.

Người bảo trợ của cô nói vậy, cô nói vậy, nhưng Ngữ lại thấy mình mới là người hạnh phúc và may mắn hơn. Sự có mặt của cô làm bừng sáng lên cái góc trời lẻ loi, mờ tối của Ngữ. Ngữ thấy cuộc đời đáng sống hơn và tươi mới hơn. Ngữ viết thư về nhà khoe, từ nay con đã hết đơn độc. Cái mơ ước trước khi ra đi như bừng bừng trở về, Ngữ hăng hái học hành, rồi vào college. Hăng hái đi làm thêm và cả hăng hái đến nhà thờ tạ ơn Chúa đã cho mình cơ hội được "hồi sinh".

Mùa đông, Ngữ không ngại ngần dậy sớm xúc tuyết, làm thức ăn sáng rồi lái chiếc xe cà tàng của mình đến đón cô đi học, đi chợ, đi mua sắm. Chúa Nhật lại rủ cô đi nhà thờ. Mùa xuân, Ngữ rộn rã đưa cô ra dòng sông bắt đầu tan tuyết ở hai bên bờ, huyên thuyên kể cho cô nghe về cảm xúc, về những nỗi buồn vui của mình ngày mới đến định cư. Cái ước mơ giản dị thuở ấy của Ngữ lúc ấy là có một mái nhà, một người để yêu thương có thể... nói và hiểu được mình bằng ngôn ngữ mẹ đẻ, một đời sống bình yên hiền hòa... Mọi thứ như thể được cô chấp thêm cánh, Ngữ rộn ràng với những hình ảnh tưởng tượng trong trí mình về cuộc sống bình yên và êm đềm tương tự con sông hiền hòa của thành phố.

Ngữ không nghĩ có những con sông vẫn chảy ngược dòng. Không nghĩ đời sống vốn dĩ vẫn xảy ra những điều mình không bao giờ ngờ đến.

Đó là ngày Ngữ đưa cô đi xuống miền nam, nơi đông đảo đồng hương, cuộc sống xem có vẻ rất dễ chịu vì không cần phải giỏi tiếng Anh, không cần phải lắng lo trời sẽ nhiều tuyết đổ hay gió rét run mỗi sáng bước ra khỏi nhà, cũng không cần phải khắc khoải thèm một mớ rau xanh, một món ăn quê cũ... Ngữ hớn hở nói với cô mỗi năm hai người sẽ lại xuôi nam một lần. Khi thấy cô có vẻ ngập ngừng không muốn về lại thành phố cũ, Ngữ vẫn hân hoan vẽ ra cho cô những hình ảnh ấm cúng hơn, nói với cô về những sự tính tương lai nhiều màu hồng hơn. Mua một căn nhà gần bờ sông, làm khoảnh vườn mùa hè, một ô cửa mùa đông đầy nắng...

Nhưng cô đã lặng thinh không trả lời. Cũng không góp thêm câu nào như vẫn thường làm khiến Ngữ khá ngạc nhiên nhưng hỏi lại. Mãi cho đến khi về tới nhà, Ngự mới ngờ ngợ, mới nhận ra có điều gì đó khác nơi cô. Và linh tính như báo cho Ngữ sẽ có một sự thay đổi nào đó, nên Ngữ vội vàng đến thăm người bảo trợ, nhờ ông hướng dẫn cách thức mượn tiền của nhà băng, và nói cho ông biết dự tính mua một căn nhà nhỏ của mình. Hẳn nhiên tất cả những điều ấy, Ngữ muốn làm cho cô, nhưng cũng khiến người bảo trợ rất vui mừng. Ông hăng hái chỉ vẽ cho Ngữ và hỏi giúp Ngữ nhiều nơi. Ông bảo thấy vui vì đôi cánh của Ngữ đã lớn ra, đủ rộng để tự bay một mình giữa bầu trời này, thấy những tháng ngày ủ rũ của Ngữ đã biến mất nhường chỗ lại cho những khoảnh trời tươi đẹp. Ông hứa sẽ là người làm chủ hôn cho Ngữ và cô.

Ngữ đã vâng dạ và thầm mong ước mọi điều sẽ được như ông nói, nhưng đâu đó cuối lòng, Ngữ lại cảm thấy như mình đang lao chao. Ngữ cố làm ngơ không nghĩ đến những bất trắc, những điều không may mắn nào đó. Ngữ cặm cụi đi làm. Một job, hai job, ba job. Thì giờ rảnh rang của Ngữ nhiều lắm là chỉ đủ đưa cô đi chợ. Không đủ để ngủ một giấc yên lành.

Và rồi điều cuối cùng cũng đến. Ngày Ngữ nhận được mảnh giấy viết vội của cô gắn trên cửa nhà mình, "Em đi Cali. Sẽ liên lạc với anh sau", trái tim chàng thanh niên chừng như thắt lại. Cổ họng Ngữ khô rát. Cái chuyến đi không hề được bàn tính trước với nhau, cũng không hề có một dấu hiệu nào chứng tỏ cô sẽ đi, và không một lời giải thích tại sao lại có chuyến đi ấy khiến Ngữ lặng người. Cả tâm lẫn trí Ngữ đều biết rằng chắc chắn là cô sẽ không về, cũng sẽ không liên lạc như lời nhắn.

Ngữ đã chôn chân trước cửa nhà lâu thật lâu. Trên tay như đang nắm chặt những mảnh thủy tinh vỡ. Mùa hè, trời nắng rưng rưng, chín giờ tối vẫn sáng rực rỡ như bình minh vừa lên, nhưng lòng Ngữ tăm tối và lạnh. Không một ý nghĩ, một xúc cảm nào khác chạy qua ngoại trừ những cơn đau. Điếng rát cả người. Ngữ đã không hề nhớ mình làm gì sau đó. Vào nhà nằm vật trên ghế, hay trở ngược ra đường chạy tới chạy lui kiếm tìm? Ngữ chỉ nhớ mình đã không choàng dậy nổi vào sáng hôm sau, người nồng nặc mùi bia rượu bên cạnh mớ vỏ chai hỗn độn trên sàn, trên ghế...

*

Phải lâu lắm Ngữ mới trở lại thành phố ấy. Cái thành phố giờ đã lớn hơn thêm với nhà cửa mọc lên, vươn ra đến ngoại ô. Có những con đường ngày trước đi mãi vẫn chỉ thấy đất mênh mông hai bên lề, giờ đông đúc quán hàng, rộn rã ngựa xe khiến Ngự khá ngỡ ngàng. Trừ downtown và một số dinh thự đặc trưng của thành phố, nhiều nơi Ngữ đã không nhận ra mình từng ngang qua nhiều lần, thậm chí từng cư ngụ ở đó.

Ngữ ghé lại thăm người bảo trợ. Bùi ngùi tự đặt câu hỏi nếu như không nghe tin ông bịnh nặng sắp qua đời, thì chẳng biết đến bao giờ mình mới trở về lại nơi này.

Chiều hôm ấy, sau khi ngồi cạnh cho đến lúc ông cụ ngủ say, Ngữ bảo với người nhà ông là mình sẽ trở lại vào chập tối. Ngữ chạy lòng vòng quanh phố một hồi, rồi xuống bờ sông. Đã bắt đầu vào xuân nên mặt sông hết đóng băng mà chỉ còn vài mảng tuyết đọng trên những vạt cỏ khô hai bên bờ, hay bám trên những nhành cây vươn trên mặt nước. Một quang cảnh hệt như thuở Ngữ mới đến định cư khiến Ngữ xao lòng.

Ngữ chạy vào công viên, đậu xe ở đó, rồi chậm rãi đi xuống con đường mòn, cuối cùng dừng lại ở đầu cầu nhìn xuống dòng nước trôi. Con sông vẫn hiền hòa, dòng nước vẫn lặng lẽ không sóng xô, khiến Ngữ chợt nghĩ đến một bài hát từng được nghe ở đâu đó, "Đi *qua dòng sông. Nụ hôn rơi* đã *quên lâu rồi. dòng sông trôi giống em lặng lẽ. Mặc tình yêu hóa thân trong lòng...". (*)*. Ngữ thừ người nhớ lại những ngày tháng chiến đấu cật lực để quên cô, quên mối tình đầu và quên cả cả cái ước mơ xây ngôi nhà bên bờ sông của mình...

Ngữ thở ra một hơi dài, nhận ra đời sống của con người, dẫu có thế nào đi chăng nữa cũng phải trôi như dòng sông phải trôi về một nơi nào đó. Được, hay không ra được biển lớn, cũng chẳng thể nào ngừng lại ở giữa lưng chừng. Cô đã trôi đi theo dòng đời. Và Ngữ cũng đã phải trôi.

Lần đầu tiên sau bao nhiêu tháng năm dài, Ngữ tự hỏi cô hiện đang ở nơi nào. Không biết có hạnh phúc với nơi cô đã chọn lựa hay không. Đã ra được biển lớn hay chưa, và có bao giờ nhớ đến thời gian từng sống ở nơi này. Bất giác Ngữ khẽ mỉm cười khi nghĩ chắc là cô đã quên mất rồi. Hoặc nếu vẫn còn nhớ, có lẽ chỉ nhớ đến những cơn gió rét, những mảng tuyết, những mảng băng trên đường và một mảnh trời gầy, màu khói xám...

(*) Trích "Đánh rơi bên hồ" nhạc và lời Việt Anh.

TÁI HÔN

Hãn hỏi tôi:

- Người ta tái hôn hà rầm, sao em không làm một cái đám cưới rình rang cho vui?

Tôi trợn mắt:

- Mắc mớ gì biểu em tái hôn?

Hãn lắc đầu:

- Ai mà biểu được em. Anh chỉ đề nghị vậy thôi.

Tôi la lên:

- Em tái hôn cho anh mừng hả?

Hãn ậm ờ, nói trại ý tôi:

- Ưm..., tái hôn cho anh uống rượu mừng.

Đến đây thì tôi bật cười, bĩu môi:

- Nè anh, em là người đàn bà chỉ lấy chồng một lần... cho biết. Biết rồi, em chạy mất dép thì còn lâu mới lập lại điều đó lần nữa. Em đâu có khùng!

Hãn hỏi:

- Chớ bộ em định sống hoài như vậy sao?

Tôi gật đầu:

- Đúng, em sẽ sống hoài như vậy. –Và tôi gặng- Anh thấy có cái gì sai trật trong chuyện em không thèm tái hôn sao?

- Không có gì sai trật hết. Nhưng sống một mình buồn chết.

Tôi bật cười:

- Em chưa bao giờ than buồn vì sống một mình. Mà nhớ lại giùm em đi, em chỉ than buồn khi có hai mình thôi. Đúng không?

Hãn ờ, ờ. Tôi nói:

- Thành Cát Tư Hãn của em ơi, em sống như vầy là có mục đích đàng hoàng.

- Mục đích gì? Đừng có nói là em muốn đi tu nha. Thấy cái hình nào của em gửi cho anh cũng có cây thánh giá ở đàng sau lưng.

Tôi cười ha ha:

- Đó là hình em chụp ở nhà thờ, dành để gửi... riêng cho anh. Còn hình em mặc bikini, thì anh không phải là người mà em muốn "tặng anh một tấm ảnh này, để làm kỷ niệm những ngày xa nhau". Và chuyện đi tu thì không có trong danh sách kế hoạch cuộc đời của em đâu. Bởi vì đơn giản đi tu có nghĩa là em không còn được uống rượu, không còn được đi nhảy đầm, nhất là không còn có ai muốn tán tỉnh em. Báo cho anh biết, cái lý do duy nhất em sẽ không bao giờ tái hôn là vì em muốn sống như vậy để... ám đời anh!

Hãn xịu mặt. Nhưng chắc có lẽ không phải sợ tôi "ám", mà vì "khuyên" mà tôi không thèm nghe. Bạn bè, cận thân của chúng tôi vẫn thường hay thắc mắc hai đứa đều độc thân tại chỗ, nghề nghiệp ổn định, đời sống không có gì để lo lắng, thân thiết nhau đã lâu, và tính tới tính lui thì cũng có thể... yêu nhau được, vậy mà không chịu nghĩ tới chuyện ăn đời ở kiếp với nhau. Nhiều bận đụng mặt cứ bị hỏi sao không cưới nhau cho rồi, một lần, tôi trêu bạn:

- Bộ hết chuyện làm rồi hay sao mà mà tụi bây biểu tao phải lấy ông Hãn?

Bạn bè nói "tại thấy hai người ok quá", nhưng sau đó cả lũ đã trợn mắt hỏi lại tôi:

- Mà mày nói hết chuyện nghĩa là sao?

Tôi đáp:

- Thì như tụi bây nói đó, "cưới nhau cho rồi", nghe giống y như ra chợ mua đại thứ đồ nào đó cho rồi, hay là làm đại chuyện gì đó "cho rồi". Tao sẽ không bao giờ lấy chồng, nhất là lấy ông Hãn để "cho rồi".

Lũ bạn tôi đay nghiến, bảo tôi thuộc loại khó chịu, chuyên chẻ sợi tóc ra làm tư, vạch lá tìm sâu, bới lông tìm vết, chuyên chờ dịp để bắt bẻ từng chữ người khác nói ra. Đứa nào cũng nói chỉ muốn "ám chỉ" tôi và Hãn ngó "được" quá, cần nên xáp lại với nhau cho đời bớt tẻ lạnh. Tôi lườm:

- Tụi bây thúi vừa vừa, tao với ông Hãn lạnh thì đắp mền, co ro thì xài lò sưởi. Chẳng mắc mớ gì mà phải xáp lại mới thấy ấm. Cái hồi tao còn trẻ, con tao còn nhỏ, cần phải có một thằng cha để khiêng bao gạo vô nhà bếp, xông pha vô nhà tắm sửa cái ống nước, gò lưng cào đống tuyết trên đường đi..., mà tao còn chưa thèm "lấy đại cho rồi". Huống gì bây giờ từng tuổi này, rước người là rước nợ, rước nguyên cái bịnh viện vô nhà, không đau tim cũng cholesterol, không thấp khớp cũng tiểu đường. Thuở tao cần một người đi làm nuôi hai mẹ con, thì thằng cha Hãn chưa có mặt trong đời tao, đâu có chia xẻ với tao cái gì, giờ tự nhiên tụi bây biểu tao nhảy vô lấy thằng chả để hầu hạ thằng chả chắc!!!

Cãi qua cãi lại một hồi, lũ bạn tôi lên án tôi quan niệm chuyện hôn nhân giống như... bán cá. Lấy chồng mà chỉ nghĩ để nhờ khiêng bao gạo và sửa ống nước. Tôi phì cười. Cuối cùng trước khi bỏ ra về, cả lũ nói lẫy "thôi, kệ... chó tụi bây".

Lúc đám bạn tôi đã về rồi, tôi vẫn còn ngồi trong phòng khách cười ha hả. Bởi thật sự ra, mấy con bạn tri kỷ của tôi mà biết rõ ra tôi với Hãn là hai con người ngay từ đầu mới quen nhau đã hơi... quái quái dị dị, đã cà trớt, thì tụi nó còn chửi tôi tới chừng nào. Cổ nhân nói tương kính như tân, trong khi tôi và người đàn ông này từ thuở chưa thân nhau đã chẳng đứa nào thèm nể trọng đứa nào, chẳng hề tương kính thì lấy gì để mà "như tân". Tự điển đời tôi vốn không hề có hai chữ tái hôn, trong mối giao hảo với Hãn, cái từ ngữ này càng lúc càng bị siết cổ, án tử hình. Tôi nhớ ngày Hãn rủ tôi đi thăm Hãn, cái giọng ra lịnh cho cấp dưới đã thành thói quen trong nhiều năm làm xếp lớn, lộ rõ ra một cách rất kỳ dị trong giây nói:

- Anh mua vé máy bay cho em đi thăm anh!

Tôi nhảy dựng:

- Gì? Gì? Tự nhiên mua vé cho em! Khi không mua vé cho em! Là sao?

Hãn tỉnh bơ:

- Thì để em đi thăm anh.

Tôi la muốn bể điện thoại:

- Mắc cười chưa! Anh muốn em đi thăm thì phải hỏi em nhã nhặn như sắp sửa cầu hôn với em mới phải. Mà chưa chắc là em đã đồng ý. Tự nhiên cái nói mua vé cho em đi thăm anh! Nghĩ thử đi, em là người chưa bao giờ xài tiền bất cứ của ai ngoại trừ tiền của má em, nên ở đó mà em ừ dễ dàng với anh như vậy sao?

Hãn chặc lưỡi:

- Em khó khăn, khó chịu làm cái gì chớ. Em mới từ Âu châu về lại đây, đang thất nghiệp, em nên đi thăm anh cho đỡ buồn. Còn chuyện tiền bạc thì vì anh đang có công ăn việc làm, anh mời em đi thăm anh mà bắt em mua vé máy bay là không công bình cho em.

Tôi im. Ngẫm nghĩ một hồi thấy Hãn nói cũng đúng, nên thôi không dẫy giụa như con trùn bị đào lên mặt đất nữa. Hơn nữa mới hồi cư, chưa quen với nhịp sống của thành phố này, nằm dài người thất nghiệp cũng buồn thiệt, cuối cùng tôi ừ. Hãn vừa nói chuyện với tôi, vừa nhảy lên internet kiếm vé. Lát sau Hãn bảo:

- Có vé rồi. Em đi lúc năm giờ sáng.

Tôi tá hoả tam tinh:

- Ê ê, đi thăm anh chớ bộ đi ăn trộm hay sao mà anh lại mua cho em cái vé lúc gà chưa gọi sáng vậy?

Hãn "sorry":

- Ờ, quên. Tại thấy cái vé ok quá, anh mua liền, không để ý giờ đi của em.

Không để ý giờ đi của tôi! Vậy chứ thằng cha này để ý cái gì! Tôi hỏi lẫy:

- Như vậy giờ về chắc cũng là nửa đêm phải không?

Hãn vội vã:

- No! No! Không có đâu. Nửa đêm thì làm sao anh đưa em ra phi trường? Em sẽ về lúc ba giờ chiều, sau khi má mấy đứa nhỏ tới đón tụi nó, anh hoàn toàn rảnh rang...

Mường tượng Hãn mà đang ở trước mặt tôi, chắc tôi sẽ đấm một phát cho hả dạ. Tôi nghĩ không ra. Không tưởng tượng được một con người có thể nói là mê văn chương chữ nghĩa, mê sách vở, hội họa nhiếp ảnh, biết rất nhiều thứ mệnh danh là nghệ thuật trên đời, lại là quan chức lớn trong ngành truyền thông –có được một cái chức vụ ai nghe tới cũng chảy nước miếng- mà lại nói chuyện trơ như thổ địa, lạt nhách còn hơn cả nước ốc tới như vậy!

Tôi nghĩ ngay đến chuyện phải dặn lòng không được mơ màng hay tơ tưởng về những cảnh phim ciné lãng mạn tình tứ, mà Hãn sẽ đóng vai một anh chàng tình si ôm bó bông hồng mười mấy đóa trị giá năm sáu chục bạc đứng chờ tôi ở đâu đó trong phòng đợi. Ở vào cái lứa tuổi Juliet... về chiều, một đời chồng một đứa con, già quắc cần câu, bụng không nhiều mỡ đến nỗi cần phải đi thẩm mỹ viện, nhưng không còn dám mặc đồ bó eo, thì tốt nhất là phải nên tính tới chuyện "hạ tầng cơ sở", chuyện thảm hại nhất có thể xảy ra để đỡ bẽ bàng. Tôi đề nghị:

- Vậy thì lúc tới phi trường, em sẽ gọi cho anh, anh canh giờ chạy ngang qua chỗ arrival, em sẽ ra đứng sẵn ở phía ngoài để anh khỏi gửi xe làm gì cho mệt và tốn tiền.

Hãn khen tôi thông minh và nói cám ơn. Tôi nghiến răng cười thầm một mình. Tôi mà không thông minh thì không cách gì làm bạn được với cái con người này. Về sau này càng thân với Hãn hơn, tôi càng thấy suy nghĩ của mình thật vô cùng chí lý .

Nhưng cẩn tắc vô áy náy đến như vậy, mà rồi tôi cũng vẫn còn bị hố. Trước ngày đi thăm Hãn, chưa quen nước quen cái, và quên hết đường đi lối về ở thành phố sau hơn mười lăm năm không hề trở lại, tôi đã trần thân, khổ ải lắm mới kiếm ra được một món quà nhỏ cho Hãn, vậy mà lúc mở ra xem, Hãn lại trố mắt ngó tôi:

- Cám ơn em, nhưng tưởng em biết nhà anh không bao giờ xài đèn cầy, bạch lạp, hay trầm hương nến thơm gì hết chớ. Em mua cái này chắc chỉ để chưng ở đây thôi.

Vừa nói Hãn vừa chỉ lên nóc tủ. Tôi hơi chưng hửng ngó lại cái chân nến thật dễ thương mà mình đã mua. Giận cành hông, nhưng là khách, tôi đành phải dằn lòng để không phun ra một câu tàn nhẫn. Đại loại, "được rồi, anh cứ để dành đó, mai mốt em sẽ mua tặng thêm anh một cây nữa cho anh làm... bàn thờ".

Và vậy đó, tôi với Hãn cứ... cà chớn, ăn nói trớt quớt với nhau như hai "thằng" bạn thân, nên làm sao mà có được một cái "date" đàng hoàng, lãng mạn để yêu nhau. Những ngày tôi đi thăm Hãn, y như... cô phụ, Hãn đi làm, mấy đứa con của Hãn đi học, tôi ở nhà không làm gì hết ngoại trừ đọc sách và lên internet chat chit với bạn bè năm châu bốn biển. Được hai bữa, tôi ngán muốn tự tử. Tôi nổi quạu với Hãn:

- Ê, bồ rủ mình tới nhà, rồi bồ đi làm cả ngày, chưa bao giờ ăn được với mình một bữa cho đàng hoàng mà kêu là đi thăm bồ cho vui là sao?

Hãn chậc lưỡi:

- Anh có nói em đem laptop theo để viết lách. Ở đây khung cảnh yên tĩnh...

Tôi trợn mắt:

- Chời ơi, nếu chỉ viết lách thì mình đâu có cần tới đây mới viết được! Xưa nay mình vẫn viết ở bất cứ nơi đâu. Phi trường, xe lửa, thậm chí trong... restroom nữa mà.

Hãn nhìn lại tôi:

- Thì biết vậy rồi. Nhưng đây là thành ý của anh. Muốn em thay đổi không khí... Thôi mai anh chở em đi Footscray, cho em đi chợ của người Việt mình.

Thành ý của Hãn, mời tôi đi thăm một thành phố tôi đã biết từ mười mấy năm về trước, chỗ nào đẹp đẽ, hay ho cũng đã tới, cả cái khu chợ đồng hương lớn nhất nhì miền Nam bán cầu Hãn vừa nhắc, tôi cũng đã đi... nát bét rồi! Tôi nhìn không thấy lòng thành của Hãn ở đâu hết, nên nói cám ơn. Hãn hỏi vậy thì em sẽ làm gì ngày mai. Tôi đáp kệ tôi. Hãn im im không trả lời.

Và tưởng nói vậy thì Hãn sẽ tìm ra cho tôi tiết mục nào đó cho để đỡ chán, không ngờ sáng thức dậy, tôi thấy tấm giấy để lại ở bàn ăn, "anh có cuộc họp, chiều về trễ lắm. Em đi loanh quanh xuống làng cho vui. Bữa nay có chợ trời". Đọc xong tôi nghẹn ngào, la trời cũng không muốn nổi chứ nói gì đến đi chợ trời. Mới tám chín giờ sáng, tôi mở tủ lạnh, lựa thứ nào ngon nhất đem ra ăn và nốc hết nửa chai rượu vang mà Hãn đã nói mua riêng cho tôi vì Hãn chỉ uống rượu mạnh. Vừa ăn tôi vừa lầu bầu rủa Hãn cho tới lúc xong bữa. Sau đó tôi đi ngủ. Ngủ dậy, lại ra kiếm thức gì đó bỏ bụng và vào phòng đóng cửa kín mít như đóng cửa thành, không thèm ló đầu ra ngoài. Kể cả khi nghe tiếng đám nhóc con của Hãn về học lao xao ngoài sân, rồi tiếng xe của Hãn chạy lên con dốc vào garage, tôi cũng không buồn trở dậy. Tôi bế môn toả cảng, chẳng thèm chào hỏi chủ nhà. Hãn không dám gõ cửa phòng tôi, nên text cho tôi cái message "em ok không?". Tôi trả lời "đang ngủ".

Vậy đó. Hết tuần lễ ở nhà Hãn, tôi ra về trong trạng thái không lấy gì làm vui vẻ. Nhưng Hãn thì nói cám ơn tôi đã chịu khó đi thăm. Tôi ậm ừ trong cổ họng, không "you're welcome" cho phải phép lịch sự gì cả. Đến lúc đã toạ vị trên máy bay, nhớ tới câu "see you soon" của Hãn, tôi nhủ thầm có cho vàng tôi cũng không bao giờ trở lại cái căn nhà có lối đi với hai hàng cây như những bụi trà ngăn nắp, thẳng thớm ấy. Một kiểu thẳng thớm hệt như cái tính tình của người đàn ông này.

Tuy nhiên, sau khi về tới nhà và nhiều năm sau đó, mỗi bận nhớ về Hãn, tôi vẫn còn buồn cười. Tôi tự hỏi lòng mình đã thất vọng điều gì ở Hãn trong khi chính bản thân mình không hề dệt mộng, không mơ tưởng, cũng không để lòng cám cảnh hay yêu thương con người ấy. Ngay từ đầu tôi đã biết tình cảm của mình dành cho Hãn có cái tên gọi như thế nào, biết cái ranh giới giữa chúng tôi sẽ dừng lại ở nơi đâu. Và biết chắc chắn sẽ không bao giờ xem nhau là tình nhân. Vậy mà tôi vẫn ấm ức như thể Hãn đã... lừa gạt mình!

Một vài tháng sau, ngộ ra mình hơi... kỳ, tôi viết thư xin lỗi, nhưng không nói rõ lý do. Hãn phone lên hỏi chuyện gì. Tôi nói:

- Em cảm thấy áy náy vì lẽ ra em phải cám ơn tấm thịnh tình của anh, khi anh nghĩ tới những ngày buồn chán của em lúc em mới qui cố hương. Anh công bình mà em không công bình.

Hãn ờ:

- Tưởng em không biết vậy.

Hãn làm tôi cụt hứng. Tôi nhăn mặt kêu thầm trong bụng. Tôi mà có thể yêu được con người này chắc đất trời sẽ sụp đổ nay mai. Tôi nói:

- Lẽ ra anh phải trả lời em là "đâu có sao".

Hãn bật cười:

- Lòng anh có sao mà trả lời đâu có sao thì không được.

Tôi thở ra:

- Lịch sự tối thiểu với em cũng không có hả?

- Nhưng đó là sự thật. Anh không muốn nói sai sự thật.

Tôi chặc lưỡi, người gì mà thẳng thắn y như cái cột nhà, nói năng chẳng sợ làm người khác đau lòng. Tôi nói với Hãn như vậy. Hãn cười. Tuy nhiên nói thì nói thế thôi, chứ tôi nghĩ thầm, kể ra thì Hãn cũng đã... lịch sự, gentlement hơn tôi tưởng rất nhiều! Bởi vì ít nhất ra là Hãn đã giận, chắc chắn là đã giận, nhưng lại chịu khó để bụng chứ đâu nói ra với tôi.

Mấy năm sau, lại lần nữa khăn gói hành trang lên đường, rời bỏ nơi tôi những tưởng là quê nhà thứ hai của mình, viết cho Hãn mấy chữ giã từ. Nhớ tới cô bạn thân, người làm cái gạch nối giữa tôi và Hãn, có kể cho tôi nghe Hãn từng muốn bước đi bước nữa, và nghe thêm chuyện Hãn được thăng chức thành chief executive, tôi bảo, "chúc mừng anh. Có tái hôn nhớ cho em biết".

Hãn trả lời "Cám ơn em, nhưng anh đang bắt chước em, không muốn tái, cũng không muốn hôn gì ai nữa. Anh sẽ sống như vầy, để... 'ám' đời em".

MỘNG ĐỜI TRÔI NỔI

Nàng nói với Khuê là nàng sẽ mặc leggings màu nâu sẫm, áo pull-over nâu nhạt, mang kính mát xanh lơ. Nàng nhỏ con, chắc thế nào Tùng cũng nhận ra. Khuê xuýt xoa:

- Xui quá, Hoàng đến đúng ngay ngày tụi này có hẹn.

Nàng sẽ đến chỗ vợ chồng Khuê khoảng chín giờ sáng, ngay lúc Khuê đưa con đi chích ngừa. Khuê đề nghị nàng ngồi chờ tại nhà ga khoảng mười lăm, hai mươi phút, sau khi đưa mẹ con Khuê đến bác sĩ, Tùng sẽ quay lại đón nàng về nhà. Tùng và nàng chưa gặp nhau lần nào nhưng nàng hy vọng sẽ nhận ra Tùng qua tấm hình chồng nàng chụp chung với Tùng cách đây mấy năm.

Hoàng bảo không sao, nhưng khi cúp máy xong, nàng không còn muốn đi nữa. Cái chuyến đi thăm vợ chồng Khuê với nhiều mục đích mà nàng dự định đã cả năm nay, lúc thực hiện được thì lại gặp trục trặc. Cái trục trặc nhỏ, nhưng vẫn khiến nàng mất hết cả hứng thú.

Hoàng nhận ra Tùng ngay, dù ở nhà ga có nhiều người Á châu. Nàng bảo Tùng:

- Trông anh không khác mấy so với trong hình.

Còn Tùng thì lại nhìn nàng với vẻ ngạc nhiên, ngập ngừng nói:

- Chị... chị khác hẳn.

Hoàng cười:

- Tôi sao hả anh, già lắm hả?

Tùng lắc đầu:

- Ngược lại mới chết chứ. Tôi nhìn thấy chị xuống xe, ngờ ngợ, nhưng không dám nghĩ là chị nên không đến.

Hoàng cười to, không biết nói gì thêm với Tùng. Hai người ra đến chỗ đậu xe, Tùng khẽ liếc mớ hành lý gọn gàng của nàng trước khi cẩn thận bỏ vào cốp xe. Tùng có vẻ mập mạp nhiều hơn so với trong hình. Cái tấm hình duy nhất nàng mang từ bên nhà sang đây. Cái tấm hình chụp hai người đàn ông lúc còn tràn đầy nhựa sống, tràn đầy nét thanh xuân. Chồng nàng mặc áo pull màu xám tro, ôm con mèo tam thể lớn có sắc lông đậm, đẹp và dũng mãnh như một con cọp con. Tùng mặc bộ đồ thể thao, dáng khỏe mạnh, tươi cười nghịch ngợm bên cạnh chồng nàng. Hai người đàn ông vượt biển một mình. Hai người đàn ông thân nhau vì vợ con cùng kẹt lại bên nhà. Hai người đàn ông là cái gạch nối để hai người đàn bà biết nhau, không hẳn thân, nhưng thư từ qua lại nhiều năm, gặp gỡ, thăm hỏi nhau nhiều lần. Khuê đi trước nàng vài tháng.

Nàng không biết Tùng và chồng nàng khác nhau những gì, nhưng Khuê và nàng thì hoàn toàn khác hẳn. Khuê giản dị. Giản dị từ lối suy nghĩ cho đến lối sống. Cả những ước mơ của Khuê cũng không mang màu sắc gì đáng kể. Lúc còn ở Việt Nam, Khuê hay viết thư cho nàng, lá thư nào cũng có một nội dung na ná nhau, được kết thúc bằng những câu hỏi là nàng có biết thêm tin tức gì trong chuyện đoàn tụ hay không. Và không như nàng, Khuê đã xoay sở tìm đủ mọi cách để vượt thoát nhiều lần. Khuê nói:

- Mấy ông mà không có mình thì "quậy" lắm Hoàng ạ. Tụi mình phải sang gấp mới mong giữ các ông được trong tay.

Khuê kể chuyện tình của hai người cho nàng nghe, cái câu chuyện đơn giản như thời tiết hết xuân hạ là lại đến thu đông:

- Anh Tùng là bạn của ông anh mình. Anh ấy hay đến chơi, học bài thi, rồi giúp mình học toán. Vậy là quen nhau, yêu nhau rồi cưới nhau.

Sau này có lần nói chuyện về vợ chồng Khuê, chồng nàng cười bảo:

- Thằng Tùng bảo lúc ấy đến nhà, bị ông bố của Khuê "dí" thục mạng. Thân quá đành cưới chứ nó cũng còn quý "độc lập tự do" lắm.

Thân quá mà Tùng đành cưới Khuê, còn nàng và chồng nàng thì không biết vì lý do gì mà cưới nhau. Chỉ vì tuyệt vọng với cuộc sống, chán ngán sự đổi thay của xã hi mà cả hai đã bám víu vào nhau như bám víu một cái gì đó khác hơn bình thường hàng ngày ư? Hoàng nghĩ không thể nào gọi đó là một quyết định chín chắn được. Nàng vẫn còn nhớ cái cảm giác kỳ lạ của mình khi thức giấc, bàng hoàng thấy có một người đàn ông nằm bên cạnh. Vậy đó là có chồng? Nàng ngẩn ngơ tự hỏi, và chợt nhận ra mình đã không có một ý thức nào về hôn nhân trước khi quyết định nhận lời cầu hôn. Tất cả đã đến, hệt như một tuần tự nào đó phải đến. Lòng nàng hầu như không một chút hồi hộp và lo âu. Cũng chẳng có cả cái háo hức, khát khao được làm cô dâu như nhiều cô gái trước khi đi lấy chồng vẫn ao ước. Nàng không ưa phấn son, quần áo là lượt. Không hề mường tượng ra mình lộng lẫy hay lu mờ như thế nào trong ngày cưới. Nàng còn nhớ gần đến giờ làm lễ, mà nàng vẫn cứ ở lì trong bếp phụ nấu nướng, tựa như nhà nàng chỉ có giỗ hay tiệc tùng gì đó, không liên quan đến nàng là mấy. Mẹ và các chị của nàng phải nhắc đi nhắc lại nhiều lần, nàng mới đứng lên đi tắm. Tóc nàng ướt lúc quấn chiếc khăn vành rây lên đầu. Bà chi họ nàng la oai oái, vừa nhăn nhó mắng mỏ nàng, vừa chạy tháo mồ hôi hột tìm mấy chiếc kẹp tăm để giữ tóc nàng lại. Kệ, kệ. Nàng la lên. Cả đôi bông tai cưới bị đeo nhầm trái phải mà nàng cũng không chịu cho tháo ra đeo lại.

Nàng không biết mình lấy chồng để làm gi. Cái ngõ cụt của cuộc sống đã làm nàng dừng chân lại, như thể vì không biết đi đâu xa hơn. Và y như một người nhà quê thất học, nàng đã có con liền sau khi cưới. Điên rồ dai dột, hoàn toàn không tính toán, hay e dè gì cả, mà mãi cho đến khi phải đối diện với những hoàn cảnh khó khăn cơ cực, nàng mới biết mình ngã ngựa, bất lực đầu hàng từ miếng cơm manh áo cho con, đến vòng tay ấm áp của chồng.

Nàng không hiểu được Khuê có cách gì để giữ được chồng trong tay. Nàng, nàng không có cách gì cả. Hai bàn tay nàng trống trơn, lòng nàng không toan định và quanh nàng trụi trần, chẳng hề có một thứ vũ khí, hay phương tiện nào có thể giúp nàng bảo vệ được cái hạnh phúc nhỏ nhoi ấy. Nhiều đêm nằm gác tay kên trán, nàng đã buồn bã nhận ra mình luôn có những trở trăn nhọc nhằn, luôn luôn loay hoay trong những mớ cảm nghĩ rối như tơ vò mà ngay cả bản thân nàng, nàng cũng còn chưa biết được mình muốn gì, trở trăn những điều gì. Nàng hoang mang quan sát chồng, hoang mang dọ xem người bạn đồng hành của mình có những ưu tư hay ray rứt nào giống như mình hay không để tìm hiểu sự đồng điệu, nhưng nàng hoàn toàn thất vọng. Hoàng không tài nào hiểu được chồng. Lại càng không tìm thấy sự thông cảm nào cả.

Ra khỏi trung tâm thàng phố, Tùng chỉ cho nàng thấy một sân tennis nổi tiếng, nơi nhiều tay quần vợt lừng danh trên thế giới đến tranh giải. Tùng kể:

- Có một lần tôi và Sơn thèm hai cái vé hạng bét để đi xem một trận tứ kết đến muốn khóc. Chỉ vài chục đồng bạc, mà giữa lúc hai bậc "đại trượng phu" có đầy đủ răng lợi, móng vuốt để cắn rứt và cấu xé lương tâm, bỗng đâm ra to lớn. Hai thằng đã leo lên giường nằm kể lể, than thân trách phận đủ mọi điều, kiểu "chúng tôi sinh ra đời dưới một bầu trời chỉ toàn những ngôi sao xấu".

Tùng phì cười trước khi kể tiếp:

- Vậy mà lúc bật TV lên coi, thì có thêm một thằng bạn đến chơi, thế là ba thằng bỗng hứng chí, máu cờ bạc bỗng bừng bừng nổi dậy, nên hè nhau cá độ, ăn thua đủ tưng bừng...Cuối cùng tiền mua bia và tiền cá độ lên đến gần...gấp đôi hai cái vé.

Hoàng cười phì theo. Tùng vui miệng kể thêm vài chuyện lúc hai ngươi còn ở chung với nhau. Lát sau Tùng chợt dè dặt hỏi:

- Sơn nó vẫn về nhà chứ hả chị Hoàng?

Nàng gật đầu:

- Vẫn.

Tùng cho xe chạy vào lề trong, hơi giảm tốc độ xuống, hỏi nàng bằng một giọng thản nhiên giả vờ:

- Lúc này nó ra sao rồi chị?

Hoàng cười buồn ngó vu vơ ra ngoài:

- Có lẽ vui hơn tôi. Anh ấy có việc làm, có nhiều người thân quen. Biết đâu sẽ chuẩn bị cưới vợ thêm lần nữa.

Tùng nhìn sang Hoàng:

- Chị nói đùa!

Nàng vẫn giữ nụ cười buồn bã trên môi:

- Anh ấy hay bảo vậy đấy. Nhưng cũng có khi đùa là trong đời chỉ một lần dại là đủ rồi.

Tùng không nói gì. Nàng chợt nhớ đến lời chồng nàng kể về Tùng. Bị ông già Khuê "dí" quá đành cưới. Biết đâu chồng nàng cũng sẽ bị một ông bố nào đó "dí" quá mà đành tái hôn chăng. Nàng rùng mình với hai chữ tái hôn. Ở đâu đó trong tâm tư và suy nghĩ của nàng, những tiếng ly dị và tái hôn vẫn là một mớ âm thanh pha trộn lổn ngổn, chói tai, khó có thể được tiếp đón một cách lịch sự và niềm nở.

Đã nhiều lần nàng tự an ủi là hoàn cảnh sống của nàng chẳng mấy khác so với trong quá khứ. Nàng hay diễu mình là người lữ hành cô đơn, vậy mà vẫn không tránh được xót xa, cay đắng. Sự hiện diện của một người đàn ông được mệnh danh là chồng, dẫu mơ hồ, dẫu không đóng một vai trò quan trọng nào trong cuộc sống nhọc nhằn bươn chải của nàng hàng ngày, đối với nàng, vẫn là một sự "hiện diện", vẫn được kể là "có mặt" khi điểm danh. Cái thân tùng, khô gẫy và yếu đuối ấy vẫn được nàng đặt cho một vị trí nào đó để ghé vai, tựa vào. Sự "hiện diện" ấy, lâu ngày, đã thành quen. Thiếu, nàng chới với.

Nàng nói:

- Tôi có đề nghị anh ấy đừng về thăm nhà, nhưng anh ấy không chịu.

Tùng đáp, giọng có vẻ cứng:

- Tôi, tôi cũng không chịu. Nhớ con, chị Hoàng ạ.

Hoàng chậc lưỡi:

- Đôi khi thấy anh ấy, tôi nao cả dạ.

Tùng thở ra:

- Thì vẫn biết vậy. Nhưng tôi chắc với chị là Sơn nó cũng không mấy vui khi thấy chị và con bé sống thui thủi một mình như thế đâu. Nhưng biết làm sao bây giờ hả chị? Thường Thượng Đế để cho người này có thể chịu đựng được cái sóng gió này, người kia chịu đựng được sóng gió kia, nhưng chẳng bao giờ ngược lại -Tùng im lặng một lát- Hy vọng là cái thàng phố này sẽ có duyên với chị, sẽ lưu chị ở lại đây lâu. Tụi này chắc chẳng giúp đỡ được chị mấy trong đời sống tinh thần của chị, nhưng dẫu sao, khi chị xa nơi đó rồi, có đôi chút đổi thay đi rồi, những vướng bận mới thế nào cũng làm cho chị khuây khỏa.

Nàng không đáp. Khuê cũng đã nói với nàng như vậy khi thuyết phục nàng dọn về thàng phố này. Khuê bảo, cho nhẹ lòng. Nàng không biết là mình có nhẹ lòng ra đi được không, nhưng lời đề nghị của Khuê thỉnh thoảng lại hiện ra trong đầu nàng. Lần này, nhân lúc con nàng đi cắm trại với nhà trường cả tuần lễ, nàng quyết định khăn gói xuống thăm vợ chồng Khuê, tiện thể xem mặt hai bố con Tùng, và cả cái thành phố được mệnh danh là một ngày có bốn mùa này ra sao.

Tùng đưa nàng vào nhà, chỉ cho nàng phòng ngủ và buồng tắm xong lại trở ra phố, ghé phòng mạch bác sĩ để đón mẹ con Khuê về. Hoàng cười cám ơn và vẫy tay chào Tùng. Tùng nói lần nữa, "chị cứ tự nhiên", rồi mới khép cửa đi ra. Nàng đứng yên một lúc lâu nhìn quanh căn phòng mà vợ chồng Khuê dành cho nàng. Căn phòng nhỏ, ngăn nắp, nằm ngay sau phòng khách với một khung cửa sổ lớn nhìn ra vườn, tầm mắt thả rộng xuống thung lũng đầy cỏ xanh biếc. Khuê có khoe với nàng là hai người đã mua căn nhà ấy với giá thấp vì nằm trong một khu khá vắng vẻ. Khuê bảo:

- Mình không thích ở xa trung tâm thành phố đâu. Chợ búa, trường học gì cũng bất tiện. Bạn bè muốn đến chơi thường xuyên chắc cũng ngại. Căn nhà này, chỉ được mỗi cái giá hời Hoàng ạ.

Khuê không thích căn nhà, nhưng cái vị trí bên sườn đồi của nó lại đập ngay vào mắt nàng lúc nàng vừa xuống xe. Nàng đã ngẩn người nhìn sững một lúc lâu rồi buột miệng khen:

- Anh và Khuê chọn được căn nhà tuyệt quá!

Tùng chậm rãi quay lại nhìn nàng với vẻ vừa ngạc nhiên vừa thích thú. Tùng hỏi lại:

- Chị thích nó sao?

Nàng gật đầu. Tùng bật cười:

- Thế mà tôi đã phải thuyết phục mãi, bà xã tôi mới chịu mua đấy. Nếu ông chủ nhà không bớt năm ngàn, có lẽ tôi đã mất đi cái cơ hội được ở đây.

Hoàng cười, nhận ra giữa vợ chồng Khuê cũng có một sự kết hợp nào đó không hài hòa. Nhiều lần Khuê khoe với nàng là tính tình và sở thích của hai người có nhiều điểm giống nhau. Khuê bảo, "tụi mình sống vui vẻ lắm". Vui vẻ lắm, có nghĩ là hạnh phúc. Nàng đã tự hỏi không biết Khuê cảm nhận cái hạnh phúc ấy ra làm sao. Bằng lòng với những gì mình có như nhiều danh nhân "hoa thơm cỏ lạ" đã nói? Hay là một cảm nhận tuyệt diệu nào đó, niềm vui chứa chan nào đó mà nàng chưa bao giờ nhìn thấy sự có mặt của nó trong đời sống lứa đôi của nàng. Nhớ hồi mới lấy chồng, nàng đã khổ sở và thất vọng vì khám phá ra chồng nàng, và chính cả nàng, có những cái sở thích và những đôi co rất đỗi tầm thường. Nàng không chịu được sự tầm thường, càng không chịu nổi những ứng xử tầm thường ngu xuẩn, nên khi nhận diện ra sự có mặt ngạo nghễ và thô thiển của chúng trong đời sống hai người, nàng tuyệt vọng. Vô tình, nàng không nhận ra cái sợi giây liên hệ giữa hai người dần tàn héo cũng chỉ vì những điều nhỏ nhặt, tầm thường ấy.

Hoàng rời khung cửa sổ vào phòng tắm. Nước ấm khiến nàng tỉnh người. Nàng nhận ra căn nhà đã được bài trí một cách dễ thương, tươi mát nhờ những chậu kiểng xanh mượt lá, đặt ở nhiều vị trí khác nhau. Dưng không nàng có cảm giác chẳng phải là Khuê đã chăm sóc những đám lá cây ấy.

Và quả thật, ngay khi vừa bước vào đến nhà, nhìn thấy nàng đang cẩn thận nhặt một cái lá vàng trong chậu cây jasmine, chưa kịp chào hỏi, Khuê đã la lên:

- Á à, Hoàng cũng thích cây lá giống ông Tùng nhà này rồi. Gớm, suốt ngày ông ấy cứ lẩn quẩn với đám cây chậu kiểng này thôi đấy. Bao nhiêu việc nhà ông ấy đùn hết cho mình.

Tùng cười hiền:

- Anh có "tham gia công tác" giặt quần áo đấy nhé.

Khuê cười, mắt long lanh hạnh phúc. Người đàn bà cười, người đàn bà cảm thấy hạnh phúc vì được chồng chia sẻ những khó nhọc hàng ngày. Nàng cười theo, vui lây với cái hạnh phúc của Khuê:

- Thế là nhất Khuê rồi đấy. Anh Sơn nhà mình đã không thích làm việc lại còn hay chê nữa cơ.

Khuê lại cười, quay sang dạy con chào Hoàng dù thằng bé mới chỉ được vài tháng. Khuê đưa bàn tay trắng mũm mĩm, cầm lấy tay con vẫy vẫy. "Cháu chào cô ạ". Nàng để ý thấy Khuê có vẻ đẫy đà hơn so với hồi còn ở Việt Nam. Tóc Khuê cũng thôi không cắt ngắn nữa mà để dài búi cao lên phía sau gáy. Khuê có dáng một người nội trợ thứ thiệt, chân chất lo toan chuyện nhà, chăm chỉ nuôi chồng nuôi con.

Bất giác trong trí Hoàng bỗng hiện ra những cái tên tạp chí, *New Idea, Woman's Day*... Nhưng ngay sau đó nàng liền tự mắng mình tại sao lại có những ý nghĩ không tôn trọng người khác như vậy.

Khuê cười nhiều, nói nhiều. Thân mật ôm vai nàng sau khi đưa con sang cho chồng bế:

- Gầy quá. Hoàng gầy quá. Phải lên thêm vài ký nữa mới đẹp. Để tóc ngắn thế này là được rồi, nhưng gương mặt của Hoàng vẫn không tròn trịa, thế có nghĩa là cần phải tẩm bổ, phải ăn nhiều nhiều vào một tí nữa, phải lên dăm ký nữa Hoàng ạ.

Tùng diễu:

- Phải phục phịch như em ấy hở?

Nàng cười. Khuê cũng cười, chẳng chút giận dỗi chồng. Tự dưng lời Khuê nói khiến nàng sực nhớ đến hai câu thơ mình làm. "Còn dài chi nữa tóc ơi, Quỳnh hoa đã rũ mộng đời đã xa"... Nàng nói thầm. Quỳnh hoa rũ rồi Khuê ơi, nên mình cần chi tóc dài, cần chi là lượt, cần chi son phấn, cần chi mập lên thêm dăm ba ký, cần chi tròn trịa, cần chi lời khen.

Khuê "thực tế" hơn mình. Nàng nghĩ. Nàng vẫn thường không thích những người có lối sống và lối suy nghĩ quá giản dị, và vẫn sợ một cuộc đời im ắng, lấy chồng sinh con đẻ cái, lẩn quẩn vào ra không hoài bão, không suy tư, không trở trăn với chung quanh. Và càng sợ những tù túng chật hẹp của bốn bức tường nhà bếp, những lối đi mòn, nhàm chán dẫn từ nhà đến chợ, đến hàng rau hàng thịt mỗi ngày dẫu vẫ nghĩ mình không hề có những ước muốn to lớn, những bon chen ồn ào ngoài xã hội.

Nàng toan bảo sẽ ráng mập lên cho bằng Khuê, thì Khuê lại lên tiếng:

- Ngủ nghỉ gì chưa? Chắc chưa phải không? Nếu chưa thì vào trong phòng nghỉ môt tí đi. Mình đi nấu cơm đây. Chỉ loáng một cái là xong, không cần Hoàng phải phụ đâu. Hoàng xuống đây kỳ này cứ xem như là đi nghỉ mát, cứ tự nhiên như ở trong khách sạn vậy. Mai mốt dọn về ở gần mình, mình sẽ chia việc cho mà làm. Mình sẽ "quậy" lại Hoàng để trừ nợ.

Và Khuê tiếp liền ngay sau đó:

- Nhưng nếu Hoàng không có thói quen ngủ nghỉ vào giờ này thì ngồi đây nói chuyện với bố con ông Tùng. Chỉ cho ông ấy cách nuôi dạy con như thế nào hộ mình đi. Dạy được cho ông ấy cách thay tã là mình mang ơn Hoàng rồi.

Nàng cười:

- Con mình là "cháu ngoan Bác Hồ" thì làm gì được mang những thứ tã thế này mà mình biết cách dạy ông ấy.

Khuê bật cười ha hả, lấy tay ấn nàng ngồi xuống ghế:

- Nếu vậy thì ngồi đây vậy. Cho khoẻ. Uống nước gì không? Không à. Ừ, thôi để dành bụng ăn cơm vậy nhé. Trưa nay mình nấu canh rau đay với tôm khô. Không có riêu cua, hơi tiếc thật. Nhưng sẽ cho Hoàng ăn mắm tôm với cà pháo.

Nói xong là Khuê tất tả đi xuống bếp ngay. Còn lại hai người, Tùng cười với nàng, vẻ hơi ngượng:

- Tính Khuê lúc nào cũng ồn ào thế đấy.

Hoàng cười lại với Tùng, không nói gì. Nhưng trong trí lại nghĩ, như vậy là anh may mắn rồi đấy. Người đàn bà này của anh chắc chắn suốt đời chỉ biết tìm cách sống sao cho anh vừa ý, sẽ luôn luôn cảm thấy bình an bên cạch anh, sẽ luôn luôn hài lòng với những gì mình có mà không hề đòi hỏi anh phải xuất chúng, phải hơn người. Người đàn bà này, nếu anh khôn ngoan, chịu khó làm một ít việc lặt vặt trong nhà, chịu khó lái xe chở con đi học mỗi ngày, chịu khó đưa nàng ra chợ những khi cần, chịu khó tham gia những câu chuyện phiếm của nàng những lúc rảnh rỗi..., thì chắc chắn là dẫu thích hay không thích sống ở một nơi hiu quạnh như thế này, con người ấy cũng sẽ lấy làm hoan hỉ và vui mừng khôn xiết mà lo lắng cho anh.

Nàng đưa mắt ngó lên tấm bản đồ thành phố treo trên tường nhà, hỏi:

- Anh và Khuê dự định đưa tôi đi những đâu để cho tôi làm quen với thành phố này thế?

Tùng vỗ vỗ tay lên lưng con, nhìn nàng qua bờ vai thằng bé:

- Nếu chị dự tính ở lại thật, thì tụi này sẽ đưa chị đến gặp một số nơi đang cần người. Chị rành tiếng Anh, nên chắc chắn là không khó khăn gì để kiếm ra việc. Thành phố này lớn, không được job này thì có job khác.

Nàng hỏi lại:

- Còn như tôi chỉ muốn đi chơi?

Tùng cười:

- Thì tùy chị. Nếu chị thích đi trượt tuyết, mùa này cũng có chỗ để chị tiêu tiền vào cái trò thể thao xa xỉ ấy.

Hai người ngồi nói chuyện giây lâu cho đến khi thằng bé ngủ muồi trên tay Tùng. Tùng đưa con vào phòng. Còn một mình, Hoàng lại chạnh lòng nghĩ đến những tháng năm vò võ nuôi con trong quá khứ và đoạn đời trước mặt còn dài như không có nơi chấm dứt. Trong trí nàng hiện ra hình ảnh những lần lặn lội đi thăm chồng, một mình đến, một mình đi đi. Dẫu vẫn nhủ lòng chồng nàng không có thói quen đưa tiễn vợ con đi đâu, nhưng suốt trên đoạn đường dài thuở ấy, nàng đã không thể nào tránh khỏi sự chua xót lẫn ê chề. Nảng nhớ trời đã nắng chói chang, nắng đổ lửa trên những cánh đồng khô hạn ở hai bên đường, cái bào thai nặng nề trong bụng quẫy đạp, bụi và mồ hôi nhầy nhụa bám đầy trên người. Nàng đã cố bấu những ngón chân mình trên đôi dép thấp, nắm vành nón lá bằng cả hai bàn tay, răng xiết chặt lại với nhau, rán hết sức để những giọt nước mắt tủi cực không rơi xuống má, và nghĩ thầm sẽ chẳng bao giờ còn trở lại cái nơi ấy lần nào nữa.

Tất cả những biến động trong đời sống giữa nàng với chồng như thế, nàng luôn đem nhốt vào những ngăn kéo có khóa. Khóa chặt. Và đến khi không còn chỗ cất chứa nữa, thì nàng thu mình lại.

Nàng không hung hăng con bọ xít la lối, tôi không cần anh như nhiều người đàn bà khác vẫn nói lúc tức giận. Nàng chọn sự im lặng. Im lặng sống. Im lặng quyết định. Im lặng xoay trở một mình.

Chiều hôm sau, cơm nước xong, Khuê nhất định bảo Tùng phải lấy xe chở Hoàng xuống hãng bất động sản, nơi cần một người Việt có bằng cấp kế toán. Tùng nói với nàng lúc hai người lên xe:

- Khuê sợ chị nản.

Nàng không biết trả lời sao nên chỉ cười. Tùng nói tiếp:

- Nhưng tôi không chắc là chị thích lưu lại nơi này.

Hoàng nhìn qua người đàn ông đang vờ như chỉ chăm chú lái xe, nhưng thật sự lại để ý từng cử chỉ một của nàng. Nàng hỏi:

- Tại sao anh nghĩ như thế?

Tùng im một lát:

- Qua những câu chuyện kể của chị. Tôi không nghĩ người vững vàng mạnh mẽ là Sơn mà là chị. Tôi không dám chắc, nhưng tôi đoán chị đang nghĩ đến đoạn đường về, nghĩ đến những điều sẽ phải làm trong tương lai, nhưng không phải ở thành phố này.

Nàng quay đi, cười một mình. Anh giỏi, đoán trúng được cả những ý nghĩ thầm kín của tôi. Tùng cho xe rẽ qua một hướng khác để vào trung tâm thàng phố, chỉ cho nàng thấy những đường ray:

- Ở đây đi loại *tram* này tiện hơn đi bus.

Hoàng cười hóm hỉnh:

- Anh không định quảng cáo về thành phố này với tôi chứ hả?

Tùng cười theo:

- Đúng là nên quảng cáo lắm chứ chị, vì đây là thành phố duy nhất của xứ này có loại xe điện.

Nàng dõi mắt nhìn ra ngoài cửa xe. Dưng không nàng nhớ đến những lá thư của chồng nàng, "ở đây có những buổi sáng mùa đông lạnh lẽo, co ro dưới tram xe chờ giờ đi làm, anh đã ngồi thu mình lại như một cục nước đá nhỏ, đầu óc đông đặc, hoàn toàn không một nghĩ suy, một vướng bận nào ngoại trừ nỗi nhớ. Anh hay tưởng tượng em đã có mặt tại nơi này với anh. Ước ao đến muốn khóc, một chiều tan sở về, em bế con chờ anh trên ngưỡng cửa...".

Nàng cắn môi cười một mình. Thường người ta chỉ thèm khát những gì không có, những gì ở ngoài tầm với, những gì không thể thực hiện được. Mình cũng đã có những đêm nằm gối đầu trên cánh tay, trên những giọt nước mắt, nghĩ đến chồng với tất cả yêu thương và nhung nhớ tương tự.

Trái tim Hoàng se đi. Tôi có nên trách người dửng dưng, có nên oán than tủi hờn, có nên khổ đau, trong khi chính tôi, tôi cũng sống lạnh lùng, cũng chai lì với tất cả những cảm xúc yêu thương khi gặp lại?

Hoàng thở dài. Tùng quay lại:

- Chị nghĩ gì mà trông não ruột thế?

Nàng cười:

- Nghĩ bâng quơ.

Rồi nàng đột ngột nói với Tùng với cả lòng chân thật của mình:

- Thành phố này đẹp quá anh Tùng ạ. Nhưng có lẽ tôi sẽ chẳng dám về ở đâu. Ngày mỗi ngày nhìn thấy cái vui vẻ hạnh phúc của gia đình anh, rồi lại nhìn cái quang cảnh, đường phố, và những nơi chốn mà anh Sơn đã từng đi qua, từng có mặt, chắc là tôi sẽ chạnh lòng lắm. Hôm qua đến giờ lòng tôi cứ không yên, cứ nao nao, chua xót làm sao ấy.

Nàng mỉm cười:

- Chắc phải chờ anh ấy có vợ, chờ anh ấy yên thì tôi mới yên được.

Tùng cười không ra tiếng. Lát sau, Tùng thở ra:

- Tôi chỉ sợ thằng Sơn cũng nghĩ như chị, chờ cho chị bước đi môt bước nữa mới dám tái hôn.

- Sao vậy anh Tùng? Để khỏi bị mang tiếng mình bỏ người ta trước hả?

Tùng cười. Lát sau Tùng nói:

- Tôi thật không hiểu nổi chị và Sơn. Ngày còn ở với tôi, mỗi bận nghe nó nhắc đến chị, là tôi cảm thấy xốn xang xấu hổ vì chưa bao giờ tôi có thể nghĩ đến vợ con một cách chân tình như vậy.

Tùng nhìn qua Hoàng:

- Sơn vẫn hay bảo chỉ có chị mới là người có thể yêu thương và chịu đựng nổi nó. Mới gặp chị lần đầu, tôi không thể nói điều ấy đúng hay sai, nhưng tôi không tin được là Sơn có thể lập đi lập lại nhiều lần một điều không có thực.

Người đàn bà chép miệng:

- Tôi nghĩ trên đời này, có những con người được sinh ra là để sống với nhau cho đến ngày mãn phần, nhưng cũng có một số người khác, có lẽ chỉ có mặt tại thế gian để làm khổ người nào đó, hoặc để làm khổ nhau. Tôi và anh Sơn không có cái may mắn biết cách biểu lộ tình cảm của mình, cũng không có cái nhạy cảm dễ dàng bày tỏ cho người bạn đời mình thấy cái yếu điểm của mình để giúp nhau giữ vững hạnh phúc. Yêu suông, chắc chắn là không đủ đâu, mà còn cần phải biết chăm sóc, biết thông cảm và chấp nhận. Đấy là chưa kể phải "tương kính như tân" nữa mới sống được với nhau. Phải không anh Tùng?

Tùng không trả lời. Hoàng thu mình lại, đặt hai tay trong lòng, ngồi yên nhìn những sợi nắng chiều lấp loáng trên mặt đường. Nàng bỗng nhận ra nàng mới vừa nói với Tùng về những điều nàng đòi hỏi ở chồng chứ chưa bao giờ nghĩ mình phải thực hiện.

Chăm sóc, thông cảm, chấp nhận và kính nể. Hoàng lặng lẽ bóp chặt đôi bàn tay lại với nhau, trí đầy những ý nghĩ mâu thuẫn, lòng đầy những cảm xúc lạ lùng.

Buổi tối, thằng bé con của Khuê bắt đầu ngấm thuốc chích ngừa nên trằn trọc khóc mãi. Hoàng nằm trong bóng tối nhìn ra ngoài khung cửa sổ, nghe hai vợ chồng Khuê thầm thì dỗ con. Nàng nghĩ đến những điều Tùng và nàng nói với nhau lúc chiều. Ánh trăng sáng vằng vặc, soi trên những cánh mận khô gầy nơi cuối vườn. Hoàng muốn trở dậy đi ra ngoài, đắm mình dưới ánh trăng và cái mát lạnh của trời đêm, nhưng nàng lại sợ Khuê và Tùng biết nàng không ngủ được. Áp hai bàn tay lên má, nàng nhớ lại những buổi chiều đứng lặng lẽ một mình trong cửa sổ, thẫn thờ nhìn ánh đèn vàng nhà ai đó hắt ra sau bức rèm, chạnh lòng nghĩ đến cảnh xum họp đầm ấm mà nghe thèm một đôi vòng tay, một tiếng cười đàn ông mạnh mẽ, một giọng nói thầm thì, âu yếm qua bờ vai.

Hoàng thở dài. Trong vùng bóng tối mệt nhọc, nàng uể oải xoay trở, và trong mớ nghĩ suy hỗn độn, không đâu vào đâu của mình, nàng bắt gặp cái khao khát có được một đời sống dung dị, đơn giản của một người đàn bà bình thường để đi cho hết đoạn đường còn lại.

Hoàng trở mình. Nàng tự hỏi không biết cái khao khát, lần đầu tiên hiện ra ấy, sẽ ở lại với mình được bao lâu.

Nhân Ảnh
2023

Liên lạc tác giả:
Email: ngahoangsd14@gmail.com

Liên lạc Nhà xuất bản
Nhân Ảnh
E.mail: han.le3359@gmail.com
(408) 722-5626

www.ingramcontent.com/pod-product-compliance
Lightning Source LLC
La Vergne TN
LVHW010923061026
849535LV00007B/2207